D1680789

நாடோடியின் வீடு

ஒடியாவில் : ராஜ்யபர்தன் தல் மஹபத்ரா

தமிழில் : பத்மஜா நாராயணன்

நாடோடியின் வீடு	:	சிறுகதைகள்
ஒடியா மூலம்	:	ராஜ்யபர்தன் தல் மஹபத்ரா
தமிழில்	:	பத்மஜா நாராயணன்
	:	© ஆசிரியருக்கு
முதற்பதிப்பு	:	டிசம்பர் 2024
அட்டை வடிவமைப்பு	:	பி. எஸ். வம்சி
வெளியீடு	:	வம்சி புக்ஸ்
		19, டி.எம்.சாரோன்,
		திருவண்ணாமலை - 606 601
		9445870995, 04175 - 235806
அச்சாக்கம்	:	மணி ஆப்செட், சென்னை - 600077
விலை	:	₹ 200
ISBN	:	978-93-93725-88-2

Naadodiyin Veedu	:	Short stories
In Oddiya	:	Rajyabardhan Dhal Mahapatra
In Tamil	:	Padmaja Narayanan
	:	© Author
First Edition	:	December 2024
Cover Design	:	B.S. Vamsi
Published by	:	Vamsi books
		19.D.M.Saron,
		Tiruvannamalai - 606 601
		9445870995, 04175 - 235806
Printed by	:	Mani Offset, Chennai - 600 077
	:	₹ 200
ISBN	:	978-93-93725-88-2

www.vamsibooks.com - e-mail: kvshylajatvm@gmail.com

என்னை உருவாக்கிய சிற்பிகளான ஆசிரியர்கள்
சிஸ்டர் மரியன், ரோசிபொன்னு
சந்திரா, பிரகாசி, பார்வதி ஆகியோருக்கு

ராஜ்யபர்தன் தல் மஹபத்ரா

ராஜ்யபர்தன் தல் மஹபத்ரா (1960) ஒடிசா மாநிலத்தில் உள்ள கன்டிபூரில் பிறந்தவர். ஆங்கிலத்தில் முதுநிலை பட்டம் பெற்று, நான்கு ஆண்டுகள் விரிவுரையாளராக பணிபுரிந்தார். பின் வங்கிப் பணியில் சேர்ந்து உதவிப் பொது மேலாளராக ஓய்வு பெற்றிருக்கிறார்.

இவர் 16 சிறுகதை தொகுப்புகளையும், நான்கு நாவல்களையும் எழுதியுள்ளார். இவரது இரண்டு சிறுகதை தொகுப்புகள் ஹிந்தியில் மொழிபெயர்க்கப்பட்டிருக்கின்றன. இவர் நான்கு சிறார் நூல்களையும், இங்க் ஃப்ரம் நைட் ஸ்கை என்ற நூலை ஆங்கிலத்திலிருந்து ஒடியா மொழியிலும் மொழி பெயர்த்து இருக்கிறார்.

இவர் மேலும் மூன்று சிறார் நூல்களை எழுதி இருக்கிறார்.

பத்மஜா நாராயணன்

பத்மஜா நாராயணன்
கவிஞர் - மொழிபெயர்ப்பாளர்

அவரது படைப்புகள்

கவிதை நூல்கள் :

1. மலைப் பாதையில் நடந்த வெளிச்சம்
2. தெரிவை
3. பிணா

மொழிபெயர்ப்பு

(ஆங்கிலம் - தமிழ்)

1. நான் மலாலா
2. தடங்கள்
3. வெண்ணிற இரவுகள்
4. இஷ் இன் ஒலி
5. நெருப்பிதழ்கள்
6. ஜோதிட ரத்தினங்களின் ரகசியங்கள்
7. கடைசி வைஸ்ராயின் மனைவி.
8. Autism

(தமிழ் - ஆங்கிலம்)

1. அற்புதத் திருவந்தாதி.

இவர் மொழி பெயர்த்த, "நான் மலாலா" திசை எட்டும் விருதினையும், கடைசி வைஸ்ராயின் மனைவி வாசக சாலை விருதினையும் மலை பாதையில் நடந்த வெளிச்சம் கவிதை உறவு விருதினையும் பெற்றிருக்கின்றன.

மனிதர்களை இணைக்கும் நேய நூலிழை

வம்சி ஷைலஜா பத்து கதைகளை மொழிபெயர்க்க முடியுமா என்று கேட்டது அக்டோபர் இறுதியில். இந்திய மொழிச் சிறுகதைகளை, இதுவரை நான் ஒரே மொழியிலிருந்து தமிழுக்குக் கொண்டு வந்ததில்லை என்பதால் உடனே ஒப்புக்கொண்டேன். வாசித்தபோதும், மொழிபெயர்க்கும் போதும் அது ஒரு வித்தியாசமான அனுபவமாகவே இருந்தது. மாநிலம், மொழி போன்ற கோடுகளால் நாம் பிரிந்து இருந்தாலும், அன்பு என்ற நூல் இழையால் இணைக்கப்பட்டே இருக்கிறோம் என்றுணர்ந்த தருணம் அது. இந்திய நாட்டின் தென் கோடியில் இருந்தாலும் நடுப்பகுதியில் இருந்தாலும் மனித மனம் ஒரே விதமாகவே சிந்திக்கின்றது. ஒரே விதமாகவே அன்பு செலுத்துகிறது. ஒரே விதமாகவேக் கோபப்படுகிறது. இந்தப் புரிதல் சொல்ல இயலாத ஓர் அக மகிழ்வை உண்டாக்கியது.

சாதாரணமாக, ஆங்கில நூல்களை மொழிபெயர்க்கும் பொழுது, நடுவில் வரும் வசனங்கள் அல்லது உரையாடல்களை, சம்பிரதாய மொழியிலேயே இதுவரை மொழிபெயர்த்து வந்தேன். ஆனால் ஷைலஜா மிகவும் தீர்மானமாக சம்பிரதாய நடை இருக்கவே கூடாது என்று கூறி, எல்லாவற்றையும் பேச்சு மொழிக்கு மாற்ற வைத்தார். இது இந்த நூலை வேறு ஒரு தளத்திற்கு கட்டாயம் எடுத்துச் செல்லும் என்பதில் ஐயமே இல்லை.

இந்த கதைகளில், பல இடங்களில் பொங்கி நிற்கும் தந்தையின் அன்பு, மிகவும் அனுபவித்த ஒன்றாக இருப்பதால், ஏதோ ஒரு

அணுக்கம் கதைகளோடு வந்துவிடுகிறது. திரு. ராஜ்யபார்தனும், பாரத ஸ்டேட் வங்கியில் பணிபுரிந்து ஓய்வு பெற்றவர். அந்த முறையில் ஏதோ ஒரு கண்ணுக்குத் தெரியாத சொந்தமும் இந்நூலில் மேல் கவிழ்கிறது .

எத்தனை எளியவர்களாக இருந்தாலும், மக்களிடையே பூக்கும் அன்பு, புத்தகம் முழுவதும் மணத்தைப் பரப்பிக் கொண்டே இருக்கிறது ஒரு சாதாரண மனிதனின் தவறுக்கு வருந்தும் குணமும், தேடலும், அதிர்ச்சியும், துரோகத்தை சந்திக்கும் நேரமும், நிதர்சனத்திற்கான எதிர்பார்ப்பும், இந்தப் பிரதி முழுவதும் நிரவிக் கிடைக்கின்றன மொத்தத்தில் குறுகிய நேரத்தில் மொழிபெயர்த்து விட்டாலும், இக்கதைகளின் தாக்கம் பல நாட்களுக்கு மனதில் தொடர்ந்து வந்து கொண்டே இருந்தது.

அதற்காகவே, வாய்ப்பளித்த ஷைலஜாவிற்கு மனமார்ந்த நன்றி கூற வேண்டும். நன்றி ஷைலஜா.

பத்மஜா நாராயணன்

கிருஸ்துமஸ் தினம் 2024

உள்ளே......

1. குறுக்கப்பட்ட மரம் 9
2. எப்போது விடைபெறப்போகிறீர்கள் அப்பா? 22
3. நாடோடியின் வீடு 35
4. மைனாவும் ஊமைக் குழந்தையும் 50
5. பாம்பு மனைவி 63
6. போலியான புகைப்படம் 76
7. மண் துரோணர் 95
8. மாயையின் வரைபடம் 116
9. வாக்குமூலம் 135
10. விருப்பம் நிறைவேறியது 148

குறுக்கப்பட்ட மரம்

அந்தப் பொருட்காட்சித் திடலில் பல துறைகளால் அமைக்கப்பட்ட ஸ்டால்களைப் பார்க்கச் சென்றிருந்தேன். தோட்டக்கலைத்துறையால் அமைக்கப்பட்டிருந்த ஸ்டால் ஒன்று என்னை மிகவும் கவர்ந்தது. அங்கிருந்த பலவிதமான மலர்ச்செடிகள் அவ்வளவாக என்னை ஈர்க்கவில்லை. அதேசமயம், பலவிதமாகக் காட்சிப்படுத்தப் பட்டிருந்த போன்சாய் பிரிவு என் கண்களை இழுத்தது.

ஓரடி உயரம்கூட இல்லாத மரங்களில், எலுமிச்சையும், ஆரஞ்சும், கொய்யாப்பழங்களும் காய்த்துத் தொங்கின. முழுதும் வளர்ந்த மரத்தைப்போல் காணப்பட்ட ஓர் ஆலமரத்தைப் பார்த்து நான் ஆச்சரியத்தில் திகைத்து நின்றேன். அதன் விழுதுகள் நூலைப்போல் தொங்கிக்கொண்டிருந்தன. மரத்தின் நடுப்பகுதி தடிமனாகவும், துருத்திக்கொண்டும் இருந்தது. அதன் கிளைகளும் நன்கு வளர்ந்த ஒரு மரத்தின் கிளைகளைப்போலவே காணப்பட்டன.

அந்த மரம் வளர்ச்சி குறுக்கப்பட்ட மரமாக இருந்தாலும், அதன் இலைகளும் கனிகளும் நன்கு வளர்ந்த ஒரு மரத்தினுடையது போலவே இருந்தன.

அந்த மரத்தைக் கண்டு மயங்கித்தான் போய்விட்டேன். அந்தத் தொட்டியின் அருகே நின்று, அதை நன்கு ஆராய்ந்து பார்த்தபோது, அதேபோல் நன்கு வளர்ந்த ஒரு மரத்தை நான் வேறெங்கோ பார்த்திருக்க வேண்டும் என மனதில் தோன்றியது.

ஒரு பெரிய மரத்தின் புகைப்படம் என் ஆழ்மனதில் படிந்து கிடப்பதுபோல இருந்தது.

அதை வாங்க வேண்டும் என நினைத்து அங்கிருந்தவரிடம், 'இது என்ன விலை' என்று கேட்டேன். 'இது பார்வைக்கு மட்டுமே, விற்பனைக்கு இல்லை' என்றார் அந்த ஊழியர்.

எனக்கு ஏமாற்றமாக இருந்தது. ஒரு பொருளால் எனக்கு வரக்கூடிய அதிர்ஷ்டத்தை அவர் தடுப்பதைப்போல் எனக்குத் தோன்றியது.

'உங்க டிபார்ட்மென்ட்தான் இந்த மரத்தையெல்லாம் வளக்குதா?'

'இல்லை. நாங்க வளர்க்கலை. ஆனா, எங்க இணை இயக்குநர் அவரோட ஆசைக்காக இந்தச் செடியையெல்லாம் வளர்க்கிறார். பொருட்காட்சியில எங்க கடையை அழகுபடுத்த இந்தச் செடியையெல்லாம் எடுத்துட்டு வந்து இங்க வச்சுருக்கோம்.'

'இது மாதிரி மரம் என்ன விலை இருக்கும்?'

'ஒரு போன்ஸாயோட விலை, அதோட வயசுக்குத் தக்க மாதிரியிருக்கும்.'

இந்த மரத்துக்கு எத்தனை வயசு?

'எத்தனைன்னு சரியா தெரியாது. ஆனா, இதுக்கு முப்பது இல்லைன்னா நாப்பது வயசுகூட இருக்கலாம். இது மாதிரி போன்சாய் மரம் ஏறக்குறைய ஆயிரம் ரூபா இருக்கும்.'

அந்த மரம் என்னை வெகுவாகக் கவர்ந்தது. அதனால் அவரிடம் 'நான் இதுக்கு கூட விலை குடுத்தா உங்க இயக்குனர் இதை எனக்கு விப்பாரா?'.

'காசுக்கு இந்த மரத்தை விப்பாரான்னு எனக்குத் தெரியாது. ஆனா உங்களுக்கு வாங்கணும்னு ஆசை இருந்தா, நீங்க அவர்கிட்ட உடனே பேசலாம். யாராவது, ஏதாவது கேட்டா அவர் மறுக்க மாட்டார்.'

அந்த நபரின் வார்த்தைகள் எனக்கு நம்பிக்கை கொடுத்தன. இணை இயக்குநரை எப்படியாவது சம்மதிக்கவைத்து, அந்த மரத்தைப் பெற்றுவிடலாம் என்று நினைத்தேன்.

மறுநாள் அவருடைய அலுவலகத்திற்குச் சென்றேன். சிறிது நேரம் அவரிடம் பேசிவிட்டு, போன்சாய் மரம் வளர்க்கும் முறையைப் பற்றி அவரிடம் கேட்டேன்.

போன்சாய் பற்றிய என்னுடைய ஆவலைக் கண்டவுடன், அவர் தன் அலமாரியிலிருந்து ஒரு புத்தகத்தை எடுத்து வந்து என்னிடம் கொடுத்தபடி, 'இந்தக் கலை இப்ப நல்லா முன்னேறிக்கிட்டு வருது. இந்தப் புஸ்தகத்தை படிச்சீங்கன்னா, இந்தக் கலையைப் பத்தின எல்லா விளக்கமும் உங்களுக்குக் கிடைக்கும்' என்றார்.

நான் ஒவ்வொரு பக்கமாகப் புரட்டிப் பார்த்தேன். ஆனால் என் மனமோ, அந்த போன்சாய் மரத்தைப் பற்றிய கேள்விகளை அவரிடம் எப்படி எழுப்புவது என்றே யோசித்துக்கொண்டிருந்தது.

புத்தகத்தைப் புரட்டிக்கொண்டிருந்த என்னுடைய ஆர்வத்தைப் பார்த்த அவர் என்னிடம், 'சும்மா பக்கங்களைப் புரட்டினா மட்டும் போதாது. இந்தக் கலையில உங்களுக்கு ஆர்வம் இருந்தா, புஸ்தகத்தை நீங்க எடுத்துட்டுப் போய் படிங்க' என்றார்.

'இதுல உங்களுக்கும் ரொம்ப ஈடுபாடு இருக்குன்னு நான் கேள்விப்பட்டேன். இதை பத்தி உங்களுக்கு நிறைய தகவல்கள்கூட தெரியுமாமே?'

'இதைப் பத்தின எல்லா தகவலும் தெரியுமான்னு சொல்ல முடியாது. ஆனா, இதுல எனக்கு ரொம்ப ஆர்வம் இருக்கு. அதாவது முன்னாடி இருந்துச்சு.'.

'இப்பவும் ஆர்வம் இருக்குதானே?'

'அப்படிச் சொல்லலாம். ஆனா எனக்கு வர வர ஆர்வம் குறைஞ்சுக்கிட்டே வருது. அதுதான் நிஜம். என்னோட தனிப்பட்ட காரணத்துக்காக நான் இதுலருந்து விலகிட்டேன்னுகூடச் சொல்லாம்.'

'என்ன காரணம்... நான் தெரிஞ்சுக்கலாமா?'

'தனிப்பட்ட காரணம்ன்னு சொன்னேனே! அதைப் பத்திக் கேக்கறது சரியில்லையே.'

'சாரி சார். உங்க போன்சாய் மரத்தை, பொருட்காட்சியில பார்த்ததுக்கு அப்புறம்தான் உங்களை இங்க வந்து சந்திக்கணும்னு எனக்கு ஆசை வந்துச்சு.'

'அப்படின்னா உங்களுக்கு அந்த மரத்தை ரொம்பப் பிடிச்சிருக்கா?'

'வெறும் ஆசை மட்டுமில்லை. நீங்க மனசு வச்சா. சரியான தொகையைக் குடுத்து, அந்த மரத்தை வாங்கிக்கவும் நான் தயாரா இருக்கேன்.'

'அப்படின்னா அதை வாங்கணும்னு ஆசைப்படறீங்களா?'

'ஆமாம் அதுதான் உண்மை. ஆனா, அதை விக்க உங்களுக்கு ஏதாவது தடை இருந்தா, பரவாயில்லை, நான் வற்புறுத்த மாட்டேன்.'

அவர் யோசனையுடன் சில நிமிடங்கள் அமர்ந்திருந்தார்.

'இப்ப என்னால உறுதியா எதையும் சொல்ல முடியாது. ஆனா, நீங்க நாளைக்கு வந்து என்னைப் பாருங்க. அப்போ நான் பதில் சொல்றேன்.'

மறுநாளுக்காகக் காத்துக்கொண்டிருந்ததுதான், என் வாழ்நாளிலேயே மிக நீண்ட பொழுதாக இருந்தது.

நான் கடவுளிடம், ‘எப்படியாவது அவர் அதை என்னிடம் விற்றுவிட வேண்டும், அதற்குத் தகுந்தது மாதிரி அவர் மனதை மாற்றிவிட வேண்டும்’ எனப் பிரார்த்தனை செய்தேன்.

மதியம் அவருடைய அலுவலகத்தை அடைந்தபோது, அவர் ஒரு துண்டுச்சீட்டை என்னிடம் கொடுத்து, ‘பொருட்காட்சி முடியுற அன்னிக்கி, இந்தச் சீட்டை அவங்ககிட்ட காட்டுங்க, அந்த மரத்தைத் தருவாங்க, நீங்க அதை எடுத்துட்டுப் போங்க’ என்று கூறினார்.

ஒரு வெற்றிக் கோப்பையைப்போல அந்தச் சீட்டை கையில் வைத்துக்கொண்டு, அவர் கூறப்போகும் விலைக்காகக் காத்திருந்தேன்.

அவருக்கு நான் எதற்காகக் காத்திருக்கிறேன் என்பது புரிந்துவிட்டது. ‘இந்த மாதிரி பொருளுக்கெல்லாம் விலை சொல்லவே முடியாது. ஆனா, இதுல உங்களுக்கு ரொம்ப ஆர்வம் இருக்கறதால, இதை நான் தர்ற பரிசா வச்சுகோங்க’ என்றார். எனக்குப் பேச்சே வரவில்லை. உறைந்துபோய் நின்றிருந்தேன்.

பொருட்காட்சி நிறைவுபெற்று, அந்த மரத்தை எடுத்துக்கொண்டு வீட்டுக்குத் திரும்பியபோது, சொல்ல முடியாத மகிழ்ச்சியால் நிரம்பியிருந்தேன். சுயம்வரத்தில் திரௌபதியை வென்று வீட்டுக்குத் திரும்பிய பாண்டவர்கள்கூட இத்தனை மகிழ்ச்சியோடு இருந்திருப்பார்களா என்பது சந்தேகம்தான். செடியை வீட்டுத் தாழ்வாரத்தில் வைத்துவிட்டு, உள்ளே சென்று என் அம்மாவுக்கும், என் மனைவி ஸ்மிதாவுக்கும் ஓர் இன்ப அதிர்ச்சியை ஏற்படுத்த முடிவு செய்தேன். வாசலிலிருந்து அவர்களை அழைத்து, ‘இங்க ஏதாவது வித்தியாசம் தெரியுதா?’ என்று கேட்டேன்.

என் அம்மா உடனே கண்டுபிடித்துவிட்டார். ‘எங்கேருந்து இந்த போன்சாய் மரத்தை வாங்கிக்கிட்டு வந்துருக்க?’ என்று கேட்டார்

'பொருட்காட்சியிலேந்து.'

'இதை நம்ம தோட்டத்துல நடப்போறியா?'

'எதுக்கு நடணும்... இது இந்த தொட்டியிலதான் இருக்கும்.'

'ஆலமரம் தொட்டியிலையா! அதுவும் நம்ம தோட்டத்துலயா?' என்றார் என் அம்மா.

'இருந்தா என்ன?'

'உனக்கு யார் இந்த நினப்பை ஏற்படுத்தினது... தோட்டத்துல ஆலமரம் இருந்தா வீட்டுக்கு ஆகாது. ரோடு ஓரத்துல ஆலமரம் இருந்தா நல்லதுன்னாலும், வீட்டுல இருக்கக் கூடாது. ரோட்டுல அது போற வர்றவங்களுக்கு நிழலும், பறவைங்க இருக்க இடமும் தரும். ஆவில்லாம் அங்க குடியேறும். ஆனா இந்த வளர்ச்சி இல்லாத மரம், யாருக்கும் நிழல் தராது. அது மாதிரி எதுவும் இதுல கூடும் கட்டாது' என்றார்.

'இதெல்லாம் உங்க பழங்கால நினைப்பு. இது ஒரு போன்சாய் மரம்னு உங்களுக்குத் தெரியுமாம்மா? இதை நம்ம தாழ்வாரத்துலயோ, கூடத்துலயோ அலங்காரமா வைக்கலாமே தவிர, யாருக்கும் நிழல் தர்றதுகோ, இல்லை குருவியும் பேயும் கூடு கட்டுறத்துக்காகவோ இல்லை.'

என்னுடைய கருத்துக்கு ஆதரவு தரவேண்டி என் மனைவியைப் பார்த்தேன். அவளோ, தாய்க்கும் பிள்ளைக்கும் நடக்கும் இந்தச் சச்சரவில் பங்கேற்க விருப்பப்படாமல், 'இந்த மரம் ரொம்ப அழகா இருக்கு. இது நல்லா வளர்ந்த போன்சாய் மரமா இருக்கணும்' என்று பட்டும் படாமல் பதிலளித்தாள்.

தன்னுடைய கருத்து எதுவும் எங்கள் காதில் ஏறாது என்பதை என் அம்மா உணர்ந்துகொண்டார்.

'எனக்கு போன்சாயும் தெரியாது, ஃபோன்சாயும் தெரியாது. எனக்குத் தெரிஞ்சதெல்லாம் ஆலமரம்தான். ஆலமரம், வீட்டுத்

தோட்டத்துல இருந்தா அது அதிர்ஷ்டத்தை கொண்டு வராதுன்னுதான் எனக்குத் தெரியும்' என்றார்.

'இப்பல்லாம் காலம் ரொம்ப மாறிப்போச்சு. எத்தனையோ ஏக்கர் நிலத்துல வளர்ந்த பெரிய பெரிய ஆலமரங்களையெல்லாம் தொட்டியில வளக்க முடியும்போலருக்கு. சரி, உனக்கு என்ன இஷ்டமோ அதைச் செய்' என்றார் அம்மா.

அவர் என்னுடன் அதிக நாள் இங்கு தங்கப்போவதில்லை என்பது எனக்குத் தெரியும். ஸ்மிதாவின் மசக்கையின் காரணமாகத்தான் அவர் இப்போது எங்களுடன் இருக்கிறார். ஸ்மிதாவின் உடல்நிலை சற்று சரியானவுடன் அம்மா கிராமத்துக்குச் சென்றுவிடுவார். பிறகு குழந்தை பிறப்புக்குத்தான் வருவார்.

வரவேற்பறையில் மரத்தை எந்த இடத்தில் வைப்பது என்று முடிவு செய்த பிறகு, வரவேற்பறையின் முழு அலங்காரங்களையும் நாங்கள் மாற்ற வேண்டியதாயிற்று. ஒரு மூலையில் தொலைக்காட்சிப் பெட்டி அமர்ந்திருந்தது. மற்றொரு மூலையில் இந்த மரத்தை நான் வைத்தேன். இப்படியாக தொலைக்காட்சியைப் பார்க்கும்போதே, ஒருவரால் இந்த மரத்தையும் பார்க்க இயலும். விருந்தினர்கள் வந்தால் அவர்கள் உடனே இந்த மரத்தைக் காண முடியும்.

ஒருநாள் நான் தொலைக்காட்சியில் செய்திகளைப் பார்த்துக் கொண்டிருந்தபோது, அம்மா கீழே பாயில் அமர்ந்து வெற்றிலை போட்டுக்கொண்டிருந்தார். வெற்றிலையைக் குதப்பிக்கொண்டே என்னிடம், 'இந்த ஆலமரத்தைப் பார்க்குறப்போ, எனக்கு நம் பர்மனியா பட் கிராமத்துல இருக்குற ஆலமரம்தான் ஞாபகத்துக் வருது' என்றார்.

நான் உடனே அம்மாவின் பக்கம் திரும்பினேன். 'நீங்க எந்த ஆலமரத்தைப் பத்திச் சொல்றீங்க?'

'பர்மானியா பட்'டுல இருக்குற அந்தப் பெரிய ஆலமரத்தைப் பத்தித்தான் சொல்றேன். அதுலதானே போபனா பெஹ்ரா தூக்குல

தொங்கினார். நீ நம்ம கிராமத்தைவிட்டு ரொம்ப நாளைக்கு முன்னாடியே இங்க வந்துட்டதால உனக்கு அது ஞாபகத்துல இருக்காது.'

'ஆமா. நீங்க சொல்றது சரிதான். இந்த மரத்தை நான் பொருட்காட்சியில பார்த்தப்பவே, இதே மாதிரி ஒரு பெரிய மரத்தை எங்கேயோ பாத்துருக்கேனேன்னு தோணிச்சு. ஆனா, எங்கேன்னு தான் சரியா ஞாபகம் இல்லை.'

என் சிறு வயதில், வயலில் வேலை செய்யும் என் தந்தைக்கு உணவு எடுத்துக்கொண்டு செல்லும்போது, நான் அந்த ஆலமரத்தின் விழுதுகளில் எப்போதும் ஊஞ்சலாடுவது வழக்கம். இருந்தாலும் என்னால் மற்ற விவரங்களை நினைவுக்குக் கொண்டுவர முடியவில்லை. இந்தச் சிறிய ஆலமரத்தின், பெரிய வடிவம் என் மனதில் இருந்ததால்தான், இதை என் வீட்டிற்குக் கொண்டுவருவதற்கு நான் விரும்பியிருக்க வேண்டும்.

என் அம்மா மிகுந்த ஆர்வத்துடனும் வியப்புடனும் கேட்டார். 'மரத்தோட வளர்ச்சியை எப்படிக் குறுக்குவாங்க? இதோட விழுதையும் பழத்தையும் பாத்தா முழுசா வளர்ந்த ஒரு மரம் மாதிரியே இருக்கே!'

'எல்லாம் சயின்ஸ், அப்புறம் மனித மூளையோட ஆச்சரியம்தாம்மா!'

'சயின்ஸ் ஏதாவது நல்லதைச் செய்யணும். இப்படி வளர்ச்சில குறுக்கிட்டு, ஒரு கெட்டதைச் செய்யக் கூடாது. நம்ம சந்தோஷத்துக்காக ஒரு மரத்தோட உயரத்தைக் குறைக்க முடியும்னா, அவங்க குழந்தைகளையும் இப்படிச் சின்ன உருவமா ஆக்கி, அவங்க விளையாடுறத்துக்கு வெச்சுப்பாங்களோ?'

எங்களிடையே நடந்த இந்தப் பேச்சை ஸ்மிதா கேட்டுக் கொண்டிருந்தாள். என் தாயாரின் கருத்துகளை ஆமோதிப்பதுபோலச் சொன்னாள், 'இயற்கை மேல மனிதன் செய்யுற சித்ரவதை இது.

வளர்ற ஒரு மரத்தோட வேரை, திருப்பித் திருப்பி வெட்டிக்கிட்டேயிருந்து, அதுக்குத் தேவையான சத்தைக் குடுக்காம அதோட வளர்ச்சியைக் குறைக்கிறதுல நியாயமே இல்லை.'

'உங்களோட இந்தத் தத்துவத்தையெல்லாம் தூக்கி எறியுங்க. நுணுக்கமா இருக்குற ஒரு பொருளோட அழகை ரசிக்கறதுக்கு பதிலா, நீங்க தேவையில்லாம குழப்பறீங்க' என்று கத்திவிட்டு எழுந்து போய்விட்டேன்.

மறுநாள் எழுந்தபோது அம்மா தன்னுடைய காலை பூஜைகள் எல்லாவற்றையும் முடித்துவிட்டு, ஏதோ மந்திரங்களை உச்சரித்தவாறு போன்சாய் மரத்தின் வேர்களில் நீரூற்றிக்கொண்டிருந்தார். அதைப் பார்த்த நான் உரக்கக் கத்தினேன். 'என்ன செய்றீங்கம்மா? மரத்துக்குத் தண்ணி ஊத்தறதுக்கு நேரம் இருக்கு. அதே மாதிரி ஒரு அளவுதான் ஊத்தணும். நீங்க குளிச்சுட்டு தினம் இப்பிடி இந்த மரத்துக்குத் தண்ணி ஊத்தினா, இது நம்ம கிராமத்துல இருக்குற மரம் மாதிரி வளர்ந்துடும். அப்புறம் அதை தொட்டியில வெக்க முடியாது, இந்த ஹால்லயும் வெக்க முடியாது.'

செடிக்கு நீர் ஊற்றிய பிறகு அம்மா மெதுவாக என்னைப் பார்த்துச் சொன்னார். 'இது ஆலமரமா இருந்தாலும் சரி, இல்லை அரச மரமா இருந்தாலும் சரி. வீட்டுல நட்டுட்டா, நான் குளிச்ச பிறகு தண்ணி ஊத்துறது ஒரு கடமை. உன் விஞ்ஞானம்தான் செடிக்கெல்லாம் உயிர் இருக்குன்னு சொல்லியிருக்கே.'

காலை நேரத்தில் அம்மாவுடன் இதைப் பற்றி மேலும் விவாதிக்க நான் விரும்பவில்லை. அதனால் அமைதியாகிவிட்டேன்.

காலை நேர மசக்கையிலிருந்து ஸ்மிதா சிறிது சிறிதாகச் சரியாகிக்கொண்டிருந்தாள். அவளுடைய ஆரோக்கியம் மேம்பட்டுக் கொண்டுவந்தது. அவள் நல்லபடியாக இருப்பதைப் பார்த்து அம்மா, 'நான் இப்போ ஊருக்குப் போறேன். பிரசவத்துக்கு ஒரு மாசத்துக்கு முன்னாடியே வந்துடுறேன்' என்றார்.

கிராமத்திற்கு திரும்பிச் செல்லும்போது காரில் அமர்ந்தபடி 'அந்த மரத்துக்கு அப்பப்போ கொஞ்சம் தண்ணி ஊத்து' என்றும் சொன்னார்.

நான் மிகவும் மெதுவாக 'சரி' என்றேன். அவருடைய ஆழ்மனதில் அந்த மரம் ஒருவிதமான பாதிப்பை ஏற்படுத்தியிருக்கிறது என்று நினைத்துக்கொண்டேன்.

ஒருநாள் நள்ளிரவு வரை நான் தொலைக்காட்சியில் நிகழ்ச்சிகளைப் பார்த்துக்கொண்டிருந்தேன். ஸ்மிதா படுக்கை அறையில் உறங்கிக்கொண்டிருந்தாள். தொட்டியில் இருந்த மரத்தை மிகவும் கவனத்துடன் உற்று நோக்கினேன். அந்த மரத்தின் உள்ளிருந்து ஏக்கத்துடன் ஒரு வேண்டுகோள் கேட்பதுபோல் எனக்குத் தோன்றியது.

'இந்த உருவத்துலயிருந்து என்னைக் காப்பாத்து. எனக்கு ரொம்ப தாகமா இருக்கு. எனக்குக் குடிக்கக் கொஞ்சம் தண்ணி குடு. என் நிஜமான உருவமா நான் வளர்றதைத் தடுக்காதே' என அது மன்றாடியது.

இது பிரமையாக இருக்கும் என்று என்னையே நான் தேற்றிக்கொண்டேன்.

சிறிது நேரம் சென்ற பிறகு, அந்த மரம் நிஜமாகவே தன் உருவை எடுத்துக்கொள்வதுபோல் எனக்குத் தோன்றியது. அது வளர்ந்துகொண்டே வந்து, எங்கள் கிராமத்தில் இருந்த பெரிய ஆலமரத்தின் அளவை எட்டிவிட்டது. என்னுள் அந்த மரம் ஒரு பிரமையையும் பரபரப்பையும் ஏற்படுத்துவதை எண்ணியபடியே, நான் தொலைக்காட்சிப் பெட்டியை அணைத்துவிட்டு தூங்கச் சென்றுவிட்டேன். அன்று முதல் நான் அந்த மரத்தை கவனமாகப் பார்ப்பதை விட்டுவிட்டேன்.

ஒருநாள் இரவு ஸ்மிதா தூக்கத்திலிருந்து எழுந்து, என்னை எழுப்பி 'கொஞ்சம் எந்திருங்க. எனக்கு ரொம்ப தாகமாக இருக்கு' என்றாள்.

நான் எழுந்து விளக்குகளைப் போட்டுவிட்டு, அவளுக்கு ஒரு டம்ளர் தண்ணீர் கொண்டு வந்து கொடுத்தேன். அதைக் குடித்த பிறகு, ‘இன்னொரு கிளாஸ் குடுங்க’ என்றாள். பிறகு மூன்றாவது கிளாஸ் நீரையும் குடித்த பிறகு, ‘நான் எத்தனை தண்ணி குடிச்சாலும், என் தாகம் குறையவே இல்லை. விசித்திரமா ஒரு கனவு வந்துது’ என்றாள்.

‘என்ன கனவு?’

‘என் கனவுல, என் வயித்துல இருக்குற கரு, ‘எனக்குப் பசிக்குது, தாகமாக இருக்கு’ன்னு சொல்லிக்கிட்டே இருக்கு. ‘எனக்கு சாப்பாடு தா, எனக்குத் தண்ணி குடு’ன்னு சொல்லிக்கிட்டே இருக்கு. அது தண்ணிக்காகவும் சாப்பாட்டுக்காகவும் போராடிக்கிட்டே இருக்குற மாதிரி இருக்கு. தண்ணியையும் சாப்பாட்டையும் தேடி, அது இந்த உலகத்தையே கிழிச்சுக்கிட்டு வளர்றது மாதிரியும் இருந்துச்சு. என்ன மாதிரியான கனவு இது?’.

‘ராத்திரி நல்லா சாப்பிட்டியா... இப்போ பசிக்கிதா?’

‘இல்லை.’

‘நான் என்ன சொல்றேன்னா, இப்போ நீ ஒரே ஒரு உயிர் கிடையாது. இன்னொரு உயிர் உனக்குள்ள வளர்ந்துக்கிட்டு இருக்கு. அதுக்குத் தேவையான சாப்பாட்டை உன்கிட்டயிருந்துதான் அது எடுத்துக்குது. நீ சாப்பிடும்போது. அதைப் பத்தி நெனைச்சுக்கிட்டே சாப்பிடணும்.’

அன்றிலிருந்து ஸ்மிதா அவள் காணும் எல்லாக் கனவுகளையும் மறுநாள் எனக்குச் சொல்வதை வழக்கமாக்கிக்கொண்டாள். அவள் கனவு பற்றிச் சொல்லாதபோது ‘இன்னிக்கு எதுவும் கனவு வரலியா?’ என்று கேட்பேன்.

‘தினம் அதே கனவுதான். அதே தாகம், அதே பசிதான். அதை எத்தனை தடவை உங்ககிட்ட சொல்றது... இதெல்லாம் பேறுகாலத்துல வர்ற சிக்கல்தானே?’

‘சரி. இதெல்லாம் பேறுகாலத்துல வர்ற சிக்கலாவே இருக்கட்டும். ஆனா இத்தனை மாசத்துல உன் வயிறு பெருசாவே ஆகலியே?’

‘எனக்கும் அதே சந்தேகம்தான். அதனாலதான் போன தடவை டாக்டர்கிட்ட போனப்போ கேட்டேன். அவர் சில பேருக்கு முதல் கர்ப்பத்துல வயிறு அத்தனை பெருசா ஆகாம இருக்கலாம்னு சொன்னார். சில சமயம் அவங்க கர்ப்பமாக இருக்கறதுகூட தெரியாதாம்.’

அவள் சாதாரணமாகச் சொல்லிவிட்டுப் போய்விட்டாள்.

காலம் அதன் போக்கில் நகர்ந்துகொண்டிருந்தது. அம்மாவும் கிராமத்திலிருந்து என் தம்பியுடன் பிரசவத்திற்காக வந்துவிட்டார். வந்தவுடனேயே ஸ்மிதாவைப் பார்த்து ஆச்சரியப்பட்டுப்போனார்.

‘எல்லாம் சரியாக இருக்காம்மா?’

‘ம்ம்ம்... நான் நல்லா இருக்கேன். ரெகுலரா டாக்டரைப் பார்த்து, செக்கப் பண்ணிக்கிட்டுதான் இருக்கேன்.’.

‘டாக்டர் தேதி சொல்லிட்டாரா?’.

‘அவர் சொன்னபடி பார்த்தா, இன்னும் ஒரு மாசத்துல பிரசவம் ஆகிடும். சில சமயம் அதுக்கு முன்னாடிகூட ஆகலாம்னு சொல்லியிருக்கார்.’

‘அவங்க சொன்ன நேரத்துக்கு முன்னாடியே பிரசவம் ஆகுல்ற வாய்ப்பு இருக்கு. ஆனா, உன்னைப் பாக்கும்போது யாருமே உனக்கு எட்டு மாசம்னு சொல்ல மாட்டாங்க. வயித்து வளர்ச்சியைக் குறைக்க ஏதாவது மருந்து சாப்டியா?’ என்று தயங்கித் தயங்கி அம்மா கேட்டார்.

‘ஐயோ அப்பிடில்லாம் இல்லைம்மா. நானும் இதைத்தான் டாக்டர்கிட்ட கேட்டேன். அவர் ஒண்ணு ரெண்டு முதல் பிரசவத்துல இப்பிடி இருக்க வாய்ப்பு இருக்குன்னு சொன்னார்.’

‘முதல் பிரசவத்துல இப்பிடி ஆகுமா? நாங்கல்லாம் பிள்ளை பெத்துக்கலையா என்ன?’

'டெஸ்ட்ல எல்லாமே சரியா இருக்கும்மா.'

'சரி! எல்லாம் நல்லபடியா முடியணும். சாமிய வேண்டிப்போம்' என்றபடி அம்மா நகர்ந்தார்.

பிரசவம் நிகழும் எனக் குறித்த நாளுக்கு இன்னும் 15 நாட்கள் இருந்தன.

திடீரென்று ஒருநாள் இரவு ஸ்மிதாவிற்குப் பிரசவ வலி எடுத்தது. உடனே நாங்கள் அவளை மருத்துவமனைக்கு அழைத்துச் சென்றோம். அந்த இரவு முழுவதும் அவள் வலியால் துடித்தாள். விடிகாலையில் அவளுக்குக் குழந்தை பிறந்தது. முதன்முறையாக தந்தை ஆன மகிழ்ச்சியில் நான் வெளியே வந்த நர்ஸைப் பார்த்துக் கேட்டேன். 'என்ன ஆச்சு?'

எந்த உணர்ச்சியும் மகிழ்ச்சியும் வெளிப்படாத குரலில் அவர், 'ஆண் குழந்தை. ஆனா ஒரு மலையிலருந்து எலி பொறந்துருக்குற மாதிரி இருக்கு. டாக்டர் பார்த்துக்கிட்டு இருக்காரு. சொன்ன தேதிக்கு முன்னாடி பிறந்துட்ட குழந்தைங்கறதாலே, அதை இன்குபேட்டரில வெக்கணும்' என்று சொல்லிவிட்டுச் சென்றார்.

என்னுடைய மகிழ்ச்சி அத்தனையும் வடிந்துவிட்டது. நான் பிரசவ அறைக்குள் மெதுவாகச் சென்றேன். கண்ணாடியின் வழியாக என்னைப் பார்த்த மருத்துவர் என்னை உள்ளே வருமாறு சைகை செய்தார். நான் உள்ளே சென்ற பிறகு என்னைப் பார்த்து, 'இது சொன்ன நேரத்துக்கு முன்னாடியே நடந்த பிரசவமோன்னுதான் நான் சந்தேகப்பட்டேன். அதனால குழந்தையை டெஸ்ட் பண்ணினேன். ஆனா, இது அப்படிப்பட்ட பிரசவம் இல்லை. குழந்தைதான் வளர்ச்சி இல்லாம, குள்ளமா பொறந்திருக்கு' என்றார்.

என்னருகில் நின்றிருந்த என் தாய் என்னை உலுக்கி, 'என்ன ஆச்சு... என்ன ஆச்சு?' என்று கேட்டார்.

நான் மூன்றே மூன்று எழுத்துகளை மட்டும் உச்சரித்தேன்...

'வா-ம-னா.'

எப்போது விடைபெறப்போகிறீர்கள் அப்பா?

ஒரு வயதான சிங்கம், தன் இறுதி நாளுக்காக ஒரு குகையில் காத்துக்கொண்டிருப்பதுபோல, அப்பா படுக்கையில் படுத்தபடியிருந்தார். அவர் பிறந்த வருடமோ, தேதியோ எனக்குத் தெரியாது. என்றாலும் அவருடன் பயணம் செய்தவர்களைவைத்து, அவருக்கு 87 அல்லது 88 வயது இருக்கலாம் என்று யூகிக்கலாம். அதேபோல் என் மூத்த சகோதரி பிறந்தபோது என் அப்பாவின் வயது என்னவாக இருந்திருக்கும் என்பதை யூகித்து, அவருடைய வயதை ஓரளவு கணிக்க முடிந்தது.

எங்கள் கிராமத்திலிருந்து ஐந்து கிலோமீட்டர் தொலைவில் இருந்த ஷாஹித் மைதானத்துக்கு காந்திஜி வந்தபோது, அவரைத் தொடுவதற்கு முயன்று போலீஸாரால் அடிக்கப்பட்டார். நாங்கள் காந்திஜி ஒரிசாவுக்கு எந்த வருடம் வந்தார் என்பதையும், அப்போது அப்பாவுக்கு என்ன வயது இருந்திருக்கும் என்பதையும் மனதில்கொண்டு, அவருடைய வயதை ஓரளவு கணித்தோம்.

இப்படியெல்லாம் கணக்கு போட்டு, அவருடைய வயது 88-க்கு அருகில் மேலோ, கீழோ இருக்கலாம் என்ற முடிவுக்கு வந்தோம். அவரின் வயது 87 அல்லது 88-ஆக இருந்தாலும், மூப்பின் காரணமாக வரும் பிரச்சனைகளால் எங்களைத் தொல்லை படுத்தியதேயில்லை. அந்த வயதிலும் அவர் சுறுசுறுப்பாகவும், எங்களைச் சாராமலும், தன்னுடைய வேலைகளைத் தானே செய்துகொள்பவராகவும் இருந்தார்.

அப்பாவிற்கு தனித்துவமான ரசனை இருந்தது. அவருக்கு சொகுசாக இருக்கவும், பொழுதுபோக்குகளில் காலத்தைச் செலுத்தவும் மிகவும் பிடிக்கும். ஒரு பெரிய ரேடியோவும், ஒரு தொலைக்காட்சிப் பெட்டியும், எப்போதும் கொதித்துக்கொண்டிருக்கும் தேநீர் பாத்திரமும்தான் அவருடைய உலகமாக இருந்தன. அப்பா தனியாகத்தான் வாழ்ந்து கொண்டிருந்தார். ஆனால் அவருடன் யாராவது நண்பர்கள் கூடவே இருந்தனர். காலையிலிருந்து மாலை வரை தொலைக்காட்சி பார்க்கும் ஆர்வத்துடன் சில இளைஞர்கள் அங்கே வருவார்கள். 'ராமாயணம்', 'மகாபாரதம்' போன்ற தொடர் நிகழ்ச்சிகளைப் பார்க்க விருப்பம் இருந்த வயதான சிலரும் அங்கு வந்து சென்றனர். ஓர் அரசர்போல வாழும் வாழ்க்கைக்குப் பழகிய அவருக்கு, நகரத்தில் கூண்டுபோல ஒரு வாடகை வீட்டில் வசிக்கும் எங்களுடன், தன் சுதந்திரத்தையும், வாழ்க்கை முறையையும் தியாகம் செய்துவிட்டு வசிக்கும் விருப்பம் இல்லை. அதனால் அவர் வாழும் வாழ்க்கைக்குத் தேவைப்பட்ட பணத்தைத் தவிர, வேறு எதற்கும் எங்களை அவர் சார்ந்து இருந்ததில்லை. அவருடைய மகன்கள் அனைவரும் எங்களால் முடிந்தவற்றைச் செய்தோம். தற்காலிகமாக எங்கள் கடமையிலிருந்தும் பொறுப்பிலிருந்தும் விடுபட்டவர்களாக இருந்தோம்.

ஆனால், திடீரென்று அவருக்குக் காய்ச்சல் வந்து, மிகவும் பலவீனமாகிவிட்டார். உடல் பலவீனமாகாமல் இருந்திருந்தால், அவர் எங்களுக்கு எந்தத் தொல்லையும் கொடுத்தே இருக்க மாட்டார். அவருடைய கால்கள் மிகவும் பலமிழந்து, அவருக்கு நடக்க

முடியாமல்போனது. குளிப்பதற்கோ, அன்றாட அத்தியாவசியங்களைக் கழிப்பதற்கோ அவரால் நடந்து செல்ல முடியவில்லை. அதனால் அவருடைய சாம்ராஜ்ஜியத்தை விட்டுவிட்டு, தன் குடும்பத்தாருடன் சேர்ந்திருக்க வேண்டியதாயிற்று.

அப்பா மிகவும் நோய்வாய்ப்பட்டிருந்தார். உடல்நிலை மிகவும் கவலைக்கிடமாக இருந்தது. அதனால் பிள்ளைகளான நாங்களும், எங்கள் உறவினர்கள் அனைவரும் அவருடைய வீட்டுக்கு விரைந்து சென்றோம். யாரும் இல்லாமல், ஒருகாலத்தில் அமைதியாக இருந்த அந்த இடம், எங்கள் வருகையால் கலகலப்பாக மாறியது. ஒவ்வொருவரும் தங்களுக்குத் தோன்றியவிதத்தில், பழங்களும், இனிப்புகளும், ஹார்லிக்ஸும் வாங்கிக்கொண்டு வந்தனர். அவர்கள் அங்கு வரக் காரணமாக இருந்தது, தந்தையின் உடல்நிலை என்றாலும், வீட்டை அடைந்தவுடன் அனைவரும் தந்தையின் நோயைப் பற்றி மறந்து, ஒருவரை ஒருவர் சந்திக்க இத்தகைய வாய்ப்பு கிடைத்ததைப் பற்றி மிகவும் மகிழ்ந்தனர். சம்பிரதாயத்திற்காக அப்பாவை, அவருடைய நோயின் காரணமாக வந்து பார்த்தாலும், அது ஒரு காரணமாகிவிட்டது. பெரிய காரணம் என்னவென்றால், ஒவ்வொருவருடைய தனிப்பட்ட வாழ்க்கையின் மேடும் பள்ளமும், குழந்தைகளின் படிப்பும், நகரத்தில் நிலம் வாங்குவதும், நகரத்தில் வீடு கட்டுவதும், விலைவாசி உயர்வும், ஆறாவது கமிஷனின்படி சம்பள உயர்வும், இன்னும் கைக்கு வராத அரியர்ஸ் தொகையும், அரசியலும், அரசாங்கம் இலவச அரிசி விநியோகிப்பதால் வேட்பாளர்களிடம் ஏற்படும் மாற்றமும், இவை அனைத்தும் முக்கியமானதாகப் போயின. இதற்கு நடுவில் யாராவது தங்கள் 'குழந்தைகளை ஏன் அழைத்துக்கொண்டு வரவில்லை?' என்று கேட்டால், 'இதன் பிறகு அவர்கள் தாத்தாவைப் பார்க்க முடியுமா?' என்று கேட்டால், அனைவரும் மிகுந்த வருத்தத்துடன், குழந்தைகளுக்கு ஓய்வு நேரமே இருப்பதில்லை' என்றும், அவர்களுடைய குழந்தைப் பருவமே சதா சர்வகாலமும் படிப்பிலேயே கழிந்துவிடுகிறது' என்றும் கூறிக்கொண்டிருந்தனர். ப்ளஸ் டூ படித்த உடனேயே ஏதாவது

கோச்சிங் சென்டரில் சேர்ந்து, மருத்துவப் படிப்புக்கோ, பொறியியல் படிப்புக்கோ தயாராக வேண்டியிருந்தது. குழந்தை நாள்தோறும் உழைத்தாலும்கூட, மருத்துவப் படிப்பின் நுழைவுத் தேர்வில் 524-வது இடத்தில்தான் இருக்க முடிந்தது. இந்த வரிசையின் பிரகாரம் அரசாங்கக் கல்லூரியில் அவனுக்கு இடம் கிடைப்பது மிகவும் சிரமம். ஒரு நல்ல தனியார் கல்லூரியில் இடம் கிடைக்கக்கூடும். ஆனால், அவன் மருத்துவம்தான் படிக்க வேண்டும் என்று கூறுவதால், இன்னும் ஒரு வருடம் நுழைவுத் தேர்வுக்காகப் படிக்க வேண்டும்.

இதற்கிடையில் யாராவது, ‘இது ரொம்ப முட்டாள்தனம். நீங்க ரெண்டு பேரும் படிச்சவங்க, உங்க பையனோட முட்டாள்தனத்தை எப்படிச் சரின்னு ஏத்துக்கிறீங்க... மருத்துவத்துல என்ன எதிர்காலம் இருக்கு... அவன் சரியா வேலை செய்ய முடியுமா? பத்து வருஷம் படிச்ச பிறகு ஏதாவது ஒரு மாநிலத்துல பதினைந்தாயிரத்திலிருந்து பதினேழாயிரம் வரை கிடைக்குற சம்பளத்துல ஒக்காருவான், ஆனா, இன்ஜினீயரிங் படிப்புல, நாலு வருஷத்துலயே, காலேஜுலயே வேலைவாய்ப்பு தேடி வந்துரும். லட்சக்கணக்கு சம்பளத்துல உடனே வேலைக்குக் கூப்பிடுவாங்க. நல்ல கம்பெனி கிடைச்சா, அவன் உடனே வெளிநாடு போலாம். அங்க அவனோட வருமான வரியே, இங்க அவன் வருஷத்தில சம்பாதிக்கிற தொகையா இருக்கும்’ என்பார்கள்.

வேறு யாராவது, ‘என்ன இருந்தாலும் மருத்துவம் படிக்கறது ஒரு தனி அந்தஸ்து இல்லையா?’ என்பார்கள்.

‘அந்தஸ்து என்ன அந்தஸ்து... இந்தக்லத்துல காசு எங்க இருக்கோ, அங்கதான் அந்தஸ்து இருக்கு.’

இப்படிப்பட்ட முடிவேயில்லாத விவாதங்கள் நாள் முழுவதும் நிறைந்து வழியும். அவ்வப்போது அனைவருக்கும் தேநீர் வழங்கப்படும். யாராவது ஒருவர் சர்க்கரை இல்லாத தேநீர் இருக்கிறதா என்று கேட்கக்கூடும். சர்க்கரை இல்லாத தேநீரை அவர் விருப்பப்பட்டார் என்றவுடன், மற்றொருவர் அவரின் உடல்நிலை

பற்றிக் கேட்க ஆரம்பிப்பார். அவருக்கு சர்க்கரைநோய் இருக்கிறதா. என்று.. அவர் உடனே, 'இல்லை. இன்னும் இல்லை. ஆனா, அது பரம்பரைநோயா இருக்கறதால, அப்பாவுக்கும் இருக்கறதால, 40 வயசுக்கு மேல கொஞ்சம் கவனமா இருக்கறது நல்லது' என்பார்.

உடனே இன்னொருவர், 'நீ உணவில கட்டுப்பாடா இருக்கியா இல்லைன்னா யோகா ஏதாவது செய்றியா?' என்று கேட்பார்.

'இல்லை... எனக்கு யோகா செய்யறதுக்கெல்லாம் நேரமேயில்லை. உன் மதினி யோகா செய்யுங்கன்னு என்னை வற்புறுத்தினதால ராம்தேவ் மகாராஜின் யோகா கேஸட் ஒண்ணை வாங்கி, கொஞ்சம் மூச்சுப்பயிற்சி மட்டும் செஞ்சேன். ஆனா அதையும் தொடர முடியலை.'

'காலையில வாக்கிங் போவியா?'

'வாக்கிங்கா... விடிகாலை எப்படி இருக்கும்னு உன் தம்பிகிட்ட கேளு. அவன் எப்ப எழுந்திரிப்பான் தெரியுமா... எட்டுலேருந்து எட்டரை மணிக்குத்தான். உடனே டீ வேணும். பேப்பரை மேஞ்சுட்டு இன்னொரு டீ. அப்புறம் காலை கடன்லாம் முடிச்சு, பல் தேய்ச்சு, சவரம் பண்ணிப்பான். அப்புறம் குளிச்சு, அவசர அவசரமா ஆபீஸுக்குக் கிளம்புவான். அதுக்குள்ள 10 மணி ஆயிடும். நல்லவேளையா அந்த ஆபீஸ்ல இவன்தான் பெரிய ஆபீஸர். இல்லைன்னா, தினம் லேட்டா வர்றான்னு வேலையைவிட்டுத் தூக்கியிருப்பாங்க.. இதுல காலையில யோகாவும் வாக்கிங்கும் எப்படிப் பண்ணுவான்?' என்ற கிண்டல் நடக்கும்

அதன் பிறகு ஒருவர், 'பல வருஷத்துக்கு அப்புறம் வெள்ளம் வர்ற சமயத்துல நாம கிராமத்துக்கு வந்துருக்கோம். டவுன்ல ஒரேவிதமா கெண்டை மீனையும், கட்லா மீனையும் தின்னு தின்னு எனக்கு ஆசையே போயிடுச்சு. ஆத்து மீனுக்கோ, உல்லன் மீனுக்கோ ஏதாவது ஏற்பாடு செய்வோமா?' என்பார்.

'இன்னுமா உல்லன் மீன் பிடிக்கறாங்க?'

‘பிடிக்கலாம். யாருக்குத் தெரியும்... இங்க ஜனங்க கரையோரமா மீனவங்க பின்னாடியே போவாங்க. வலையை இழுத்ததும், என்ன விலை சொல்றாங்களோ அதே விலை கொடுத்து மீனை வாங்கிக்கறாங்க. பணத்தைப் பத்திக் கவலைப்படறதேயில்லை.’

அப்போது எங்கள் அண்ணன், ‘நீங்க கிராமத்துக்கு வம்பு பேசறத்துக்கும், வாய்க்கு ருசியா சாப்பிடறதுக்கும் வந்திருக்கீங்களா... இல்ல நம்ம அப்பாவுக்கு உடம்பு சரியில்லைன்னு பார்க்க வந்திருக்கீங்களா?’ எனக் கண்டிப்பார்.

உடனே எங்கள் விவாதங்கள் அனைத்தும் நின்றுவிடும். எங்களுடைய அண்ணா தொடர்ந்து, ‘இந்தக் கிராமத்தைவிட்டு வெளியே எங்கயகேவது போய் செத்துப்போயிடுவோமோன்னு பயந்து, அப்பா ஒரு இன்ச் கூட நகரத் தயாரா இல்லை. அதனால நாம டவுனுக்குப் போக ஒரு வண்டியை ஏற்பாடு பண்ணி, டாக்டரை இங்கே அழைச்சுக்கிட்டு வருவோம்’ என்றார்.

‘எந்த டாக்டர் இங்கே வர ஒத்துப்பாரு... அதுவும் நதியைத் தாண்டி ஒரு நாள் வருமானத்துக்காக?’

‘அப்புறம் நாம என்னதான் செய்யறது... இப்பிடியே டாக்டரைக் கலந்தோசிக்காம விட்டுடுறதா... ஊர், உலகம் என்ன சொல்லும்?’

அப்பாவுக்கு என்ன நோய் என்று தெரிந்துகொள்வதற்குக் கட்டாயம் ஒரு டாக்டரின் உதவி தேவை. அப்பாவோ, தான் தன் வாழ்க்கையை முழுவதும் வாழ்ந்துவிட்டதாகவும், மூப்பு ஒரு மருத்துவரால் தடுத்து நிறுத்தக்கூடியதாக இருந்தால், எந்த ஒரு பணக்காரனும் இறக்கவே முடியாது என்றும் சொல்வார்.

மற்றொரு தம்பி தன் நிலைபாட்டைச் சொன்னான், ‘இப்ப நாம அப்பாவை அழைச்சுக்கிட்டுப் போனா, டாக்டர் அவரை ஏதாவது ஆஸ்பத்திரியிலே சேர்க்கணும்னு சொல்லலாம். அவரைக் கட்டாயம் சேர்ப்போம். ஆனா, எத்தனை நாள் அவர் அங்க இருக்கணும், அவரை அங்க பார்த்துக்கறதுக்கும், அவரோட தங்கறதுக்கும் யாருக்கு நேரம்

இருக்கு... யாருக்கு முடியுமோ, அவங்க இருக்கட்டும். நான் ரொம்ப சிரமப்பட்டுதான் லீவுல வந்துருக்கேன். சனிக்கிழமை கிருஷ்ண ஜயந்தியா இருக்கறதால ரெண்டு நாள் லீவு எனக்குத் தந்தாங்க. ஆனா, இப்ப சட்டசபை கூடுற நேரம், எந்தக் கேள்வியைக் கேப்பாங்கன்னு தெரியாது.. யாருமே ஆபீஸைவிட்டு வெளிய வரவும் முடியாது. அதனால என்னைப் பொறுத்தவரைக்கும் திங்கள்கிழமை காலைல புவனேஸ்வரருக்குப் போற முதல் பஸ்ஸைப் புடிக்கணும். அப்பாவை ஆஸ்பத்திரியில சேர்க்கறதுக்கு நான் எதிரா இல்லை. அதுக்கு என்ன செலவாகுதோ, அதுக்கான என் பங்கை நான் கட்டாயம் தந்துடுறேன். ஆனா, என்னால இங்க இருக்க முடியாது.'

இன்னொரு தம்பி சொன்னான், 'நீங்க டாக்டரைப் பார்த்தாலும், பார்க்கலைன்னாலும். எந்த ஒரு பிரயோஜனமும் இல்லை. அவரோட வாழ்க்கைங்கற திரி ஏறக்குறைய எரிஞ்சு முடியற நிலைமைல இருக்கு. அதுல போய் எண்ணெயை ஊத்தறதுல என்ன லாபம்... ஒரு டாக்டரைப் பார்த்தா நமக்கு மனசு ஆறுதலா இருக்கும்தான். ஆனா அதனால எந்தப் பிரயோஜனமும் இல்லை.'

எல்லோரும் அதேபோல்தான் நினைத்தனர். அண்ணாதான் ஒரு சம்பிரதாயத்திற்காவது அப்பாவை டாக்டரிடம் போய் காட்ட வேண்டும் என்று ஆசைப்பட்டார். ஆனால் அவரும் கடைசியில், 'நீங்க எல்லாரும் சொல்றது சரிதான். அப்பாவுக்கு எந்த ஒரு நோயும் இல்லை. அதனால நாம ஒரு டாக்டரைப் பார்க்க முடியாது. அவரோட இந்த நிலைமை வயசானதால வந்திருக்கு. இப்போ அவருக்குத் தேவை, அவரை நல்லா கவனிச்சுப் பார்த்துக்கறதுதான். இத்தனை பிள்ளைங்களைப் பெத்தாலும், ஒருத்தரும் அவரைக் கண்டுக்காம விட்டுட்டாங்கன்னு அப்பா எப்பவும் வருத்தப்பட்டுடக் கூடாது' என்றார்.

'நீங்க சொல்றதெல்லாம் உண்மைதான். ஆனா, எத்தனை நாள் இப்படியே போகும்னு யாருக்குத் தெரியும்... அத்தனை நாள் லீவு யாருக்காவது இருக்கா... அப்படி இருந்தாலும் அப்பாவைப்

பார்த்துக்கணும்னு யாராவது லீவு தருவாங்களா... எந்த மருமகளும் இங்க, இந்த கிராமத்தில தங்க விரும்பலை. அதுக்கு முக்கியக் காரணம் குழந்தைங்களோட பரீட்சையும், மத்த பொறுப்புகளும்தான். இதுக்கெல்லாம் மேல மாமனாரைக் கவனிச்சுக்கணும்னு ஒரு உணர்வே இல்லாதப்ப, நாம அவங்களை எப்படிக் கட்டாயப்படுத்த முடியும்... அண்ணிக்கு எல்லாமே ரொம்ப சுத்தமா இருக்கணும், இந்த குணத்தாலயே அவர் வந்ததுலருந்தே நுனிவிரலாலதான் நடந்துக்கிட்டு இருக்காங்க. வீட்டுலகூட செருப்பு போட்டுக்கிட்டு இருக்காங்க, அப்பாகிட்டேருந்து வியாதி தொத்திக்குமோன்னு நினைக்கிறாங்க. அப்பாவோட படுக்கை பக்கத்துலகூட போறதில்லை. இப்படி இருக்கற அவங்க எப்படி அப்பாவை கவனிச்சுப்பாங்க?'

ரெண்டாவது அண்ணிக்கு அவர் பையனோட ஐஐடி நுழைவுத் தேர்வு பத்தி ரொம்பக் கவலை. அவர் இங்க இருந்து தன் பையன் படிப்பு தடைபட்டுப் போயிடுமோன்னு கவலைப்படறாங்க. அவர் இங்க இருந்த நாளை, பையன் எப்படிச் சரிபண்ணிக்கப் போறான்னு கவலையில இருக்காங்க. அப்படி இருக்கும்போது அவங்களை இங்க இருங்கன்னு நாம எப்படிக் கேக்க முடியும்?

அதே மாதிரி நம்ம ரெண்டு பேர் மனைவிகளும் வேலைக்கு போறாங்க. நம்மை மாதிரி தான் அவங்களுக்கும் லீவு சிக்கல் இருக்கு. அவங்களால எப்படி இங்க தங்க முடியும்? என்று தம்பி பேசிவிட்டு, மற்றவர்கள் ஏதாவது சொல்கிறார்களா என்று பார்த்துக் காத்திருந்தான். அவனுக்கு எந்த பதிலும் கிடைக்காததால். அவன் தொடர்ந்து, 'இது மாதிரி ஒரு சூழ்நிலையில, இதுக்கு சரியான ஆள் நம்ம அக்காதான்' என்றான்.

'பையனும் மருமகளும் வெளிநாட்டுல இருக்காங்க. ஓய்வுக்கு அப்புறம் நம்ம மச்சான், கிராமத்துலதான் இருக்காரு. அதனால அக்கா இங்க வந்து அப்பாவைப் பார்த்துக்கறது அவருக்குப் பெரிய பிரச்சனையா இருக்காதுன்னு நினைக்கிறேன்.'

‘இந்த உலகம் நீ நினைக்கிற மாதிரில்லாம் இருக்காது’ என அண்ணன் கோபத்துடன் பதிலளித்தார். ‘அப்பாவை கவனிச்சுக்கணும்னு உண்மையா நினைச்சிருந்தா, மத்தியானம் ரெண்டு மணிக்கு ஏன் வேக வேகமாகத் திரும்பி போறும்... உனக்கு புரியலயா... உன் பிரச்சனை தீராதுன்னு நீ நினைக்கிற மாதிரியே, அவளுக்கு அவ பிரச்சனைங்க இருக்கு.’

விடை கண்டுபிடிக்க முடியாத மிகப்பெரிய புதிர் ஒன்றைப்போல, தந்தையின் நோய் எங்கள் முன் உருவெடுத்து நின்றது. மூளையை எப்படிக் கசக்கினாலும் எங்களால் ஒரு முடிவுக்கு வரவே முடியவில்லை. இப்போதெல்லாம் அவர் திரவ உணவு மட்டும் அருந்திக்கொண்டிருந்தார். அதனால் அவருக்குப் பாலும், ஹார்லிக்ஸும், பழச்சாறுகளும் கொடுப்பதில் எந்தக் கஷ்டமும் இல்லை. நாங்கள் எதிர்கொண்ட ஒரே பிரச்சனை, அவர் மலஜலம் கழிக்கவும், சிறுநீர் கழிக்கவும் உதவுவதில்தான் இருண்டது. அவருடைய இரண்டு கால்களும் உணர்ச்சியற்றவையாக இருந்ததால், அவரால் நடக்க முடியவில்லை. அதேசமயம் எங்களால் அவரைத் தூக்கிச் செல்லவும் முடியவில்லை. இதன் காரணமாக இரண்டு பீங்கான் கோப்பைகளை வாங்கினோம். ஒன்று அவர் மலம் கழிப்பதற்காகவும், மற்றொன்று அவர் சிறுநீர் கழிக்கவும். காலின் பலவீனத்தைத் தவிர்த்து மற்றபடி அவர் மிகத் திடமான ஆளாகவே இருந்ததால், சுயநினைவில் அவரால் அந்தக் கோப்பைகளில் சிறுநீர் கழிக்கவோ, மலம் கழிக்கவோ முடியவில்லை, ஆகையால் உறங்கும்போது அவர், தன்னை அறியாமலேயே சிறுநீரையும் மலத்தையும் கழித்துவிடுவார். சிறுநீர் கழித்தவுடன் அவருக்கு நினைவு வந்துவிடும். நினைவு வந்தவுடன் தன் கையாலாகாத் தனத்தையும், தன் கழிவிரக்கத்தையும் வெளிப்படுத்துவார். அத்தகைய சூழலில் அவரைக் காணும்து, எங்கள் அனைவருக்கும் அவர்மேல் மிகவும் பரிதாபம் வரும். அவருக்கு ஆறுதலாக நாங்கள், ‘வயசான காலத்துல இதெல்லாம் சகஜம்தான். நீங்க ஏன் இதுக்காகக் கஷ்டபடறீங்க?’ என்று சமாதானப் படுத்துவோம்.

அனைவருடைய விடுமுறையும் முடிவுக்கு வந்துகொண்டிருந்தது. தம்பிகள் இருவரும் இங்கிருந்து தப்பிச் செல்வதற்கான வழியைப் பார்த்துக்கொண்டிருந்தனர். ஒரு நாள் போயும்விட்டனர். போகும்போது, 'இப்ப நாங்க போறோம். போய் லீவு கிடைச்சுதுன்னா ஒடனே திரும்பி வர்றோம். ஏதாவது அவசரம்னா உடனே வர்றத்துக்கு நாங்க தயாரா இருக்கோம்' என்றனர்.

'அவசரம்' என்ற வார்த்தைக்கு அண்ணா எவ்வாறு எதிர்வினை ஆற்றுவார் என்று நான் பயந்தேன். ஆனால் சூழலின் தீவிரத்தனத்தின் காரணமாக அந்த வார்த்தைகளை பெரிதாக எண்ணி, அதை விவாதிக்கவில்லை. அவர்கள் சென்ற பிறகு அப்பா சொன்னது ஒன்றே ஒன்றுதான்.

'உருகும் பனியைப்போல

இந்த வாழ்க்கையும் இளமையும்

ஒவ்வொரு நாளும்

வாழ்வெனும் கயிற்றிலிருந்து

ஒன்றன்பின் ஒன்றாக

குறைந்துகொண்டே வருகிறது.'

'என் வாழ்க்கைக் கயித்துல எந்த நாள் கடைசி நாளா இருக்கும்னு எனக்குத் தெரியாது. ஆனா, அந்தக் கடைசி நிமிஷத்துல நீங்க எல்லாரும் இங்க இருந்தா எனக்கு ரொம்ப சந்தோஷமா இருக்கும். ஆனா, யாராலுமே அதை முன்னாடியே தெரிஞ்சு சொல்லிட முடியாது. யாருக்குத் தெரியும், நான் இப்பிடியே எத்தனை காலம் கஷ்டப்படணுமோ... போணும்னு சொல்றீங்க. போயிட்டு வாங்க.'

'அணைவதற்கு முன்பு சுடர் மிகுந்த பிரகாசத்துடன் காணப்படும்' என்று கேள்விப்பட்டிருக்கிறோம். அதேபோல் எங்கள் அப்பாவின் கூர்மையான அறிவின் வெளிப்பாடு, அவர் உலகைவிட்டுச் செல்லப்போகிறார் என்பதன் ஓர் அறிகுறியாக இருந்தது. ஆகையால்,

எங்களிடையே நாங்கள் கலந்துரையாடினோம். தந்தையின் நாட்கள் எண்ணப்பட்டுவருகின்றன. எனவே, அவர் உயிருடன் இருக்கும் வரை அவரை எவ்வாறு கவனித்துக்கொள்வது என்பதை நாம் யோசிப்போம். இத்தனை நாட்கள் தன் வாழ்வை சுயமரியாதையுடனும், தனித்தும் வாழ்ந்த அவர், தன்னுடைய கடைசி காலத்தில் பிறரால் கைவிடப்பட்டோம் என்று நினைக்கக் கூடாது என்று நினைத்தோம்.

எங்களால் இயன்ற அளவு, அவருக்கு நல்ல கவனிப்பையும் ஆறுதலையும் அளித்தோம். ஆனால் அப்பா அதே தீவிரமான, ஆனால் மாற்றமில்லாத நிலையில் தொடர்ந்து இருந்தார். நாங்கள் கற்பனை செய்த நிகழ்வு கூடிய விரைவில் நடக்காது என்று எங்களுக்குத் தோன்றியது. இப்படியே தொடர்ந்தால் இன்னும் எத்தனை நாட்களுக்கு விடுமுறை எடுக்க முடியும்... இப்படி விடுமுறை எடுப்பதால், எங்கள் பணியில் நாங்கள் சந்திக்கப்போகும் பிரச்சனைகள் எங்களை அலைக்கழித்தாலும், அப்பாவின் பிரச்சனைகள் மாறாமல் இருந்தன. என் மனைவி என் மனநிலையை நன்கு புரிந்துகொண்டாள். அவள் என்னிடம், ‘முதியோர் இல்லம் பத்தி ஒரு நாடகம் பார்த்தது உங்களுக்கு ஞாபகம் இருக்கா... ரொம்ப உனர்ச்சிவசப்பட்டு, அந்த வயசான அப்பா, அம்மாவோட பிள்ளைங்களை நீங்க சபிச்சது ஞாபகம் இருக்கா... அந்தச் சமயத்துல நான்கூட உங்களை ரொம்ப உணர்ச்சிவசப்பட வேண்டாம்னும், யதார்த்தத்தை ஒத்துக்கணும்னும் சொன்னேன். ஒரு அப்பாவா இருக்கறவரு தன் குழந்தைங்களை, டாக்டராவும் இஞ்ஜினீயராவும் ஆக்கணும்னும், அவங்களை வெளிநாட்டுக்கு அனுப்பணும்னும் கனவு காணுறார். ஆனா, குழந்தைகளுக்கு இங்க வந்து வயசான அப்பா, அம்மாவை கவனிக்க நேரம் இருக்கா... அதனாலதான் அம்மாவும் அப்பாவும் முதியோர் இல்லத்துக்குப் போயிடறாங்க. ஆனா அது இறுதி முடிவு கிடையாது. இருந்தாலும் அதுதான் யதார்த்தம். இப்போ பாருங்க, நீங்களே ஒரு கலெக்டராவோ இல்லை போலீஸாவோ இருந்தா, இப்ப எடுத்துக்கிட்ட லீவு மாதிரி எடுத்துக்க

முடியுமா... அப்போ உங்களுக்கு முன்னுரிமை உங்க வேலையாதான் இருக்குமே தவிர, உங்க அப்பாவை சார்ந்து இருக்காது. கொஞ்சம் பணக்காரர்களோட அம்மா, அப்பா வயசான பிறகு, சாகுற வரைக்கும் இது மாதிரியான விடுதியிலதான் தங்கியிருக்காங்க. ஏன்னா, தங்களோட குழந்தைகளின் கவனிப்பு கிடைக்கறதுக்கு பதிலா, இந்த விடுதியில தங்கற வசதி அவங்களுக்குக் கிடைக்குது. அந்த வசதியான குழந்தைகளுக்கு அவங்க அப்பா, அம்மாவைப் பார்த்துக்க நேரம் இருக்குமா?' என்றாள்.

என் மனைவியின் வார்த்தைகள் கசப்பானவைதான் என்றாலும், அதுதான் உண்மை என்பதை நான் புரிந்துகொண்டேன். என் தந்தையின் மலஜலத்தைச் சுத்தம் செய்யும்போது, அவருடைய மகன்களாக அவரை கவனித்துக்கொள்ளும் ஆர்வம் எங்களுக்கே குறைந்துவருவதைப் புரிந்துகொண்டேன். ஆனால், மனதளவில் மிகத் தெளிவாக இருக்கும் என் தந்தையை ஒரு மருத்துவமனையில் சேர்த்தால், அந்தச் செயல் அவரை குணப்படுத்துவதற்காகச் சேர்த்தோம் என்பதைவிட, எங்கள் பொறுப்பை மற்றவர்களிடம் மாற்றிவிடுவதற்காகச் செய்தோம் என்றே அவரால் புரிந்துகொள்ளப்படும். ஆரம்பத்திலிருந்தே பிறந்த இடத்தின் மேல் இருக்கும் பற்றினாலும், தன் இறுதி விநாடியை அங்குதான் கழிக்க வேண்டும் என்ற ஆசையினாலும், மருத்துவமனைக்குச் செல்லும் கருத்தை அவர் ஏற்கவில்லை. மேலும் அவரின் நாட்கள் எண்ணப்பட்டுக்கொண்டு வருகின்றன என்பதால் வீட்டைவிட்டு நகரவும் அவர் விரும்பவில்லை.

தங்கள் மனைவியரின் வற்புறுத்தலாலும், தங்களுடைய வேலைப் பொறுப்பாலும் இந்தக் கடமையிலிருந்து தப்பிச் சென்ற என் இரு தம்பிகளுக்கும், தங்கள் மனசாட்சியிலிருந்து தப்பிக்க முடியவில்லை. அதனால் ஒவ்வொரு நாளும் இரண்டு முறை தொலைபேசியில் அழைத்து, தந்தையின் உடல்நிலை பற்றி விசாரிப்பார்கள். 'அப்பா இப்ப எப்படி இருக்காரு?' இதைக் கேட்கும்போது அவர்களின் படபடப்பை உணர முடிந்தது. அவர்கள் மனதில் நாங்கள், 'இன்னும்

ரெண்டு, மூணு நாள்தான் தாங்கும்' என்றோ, 'மூச்சுவிட சிரமப்படுறார்' என்றோ, 'கடைசி முறையா பார்க்கணும்னா உடனே வாங்க' என்றோ சொல்ல வேண்டும் என்று எதிர்பார்த்துக் கொண்டிருப்பதுபோல் தோன்றும். இந்த வகையான செய்தி கிடைப்பதற்கு பதிலாக நாங்கள் 'நிலைமை அப்படியேதான் இருக்கு' என்று சொல்லும் பதில் அவர்களுக்கு உவப்பானதாக இருக்காது என்று நினைக்கிறேன். அவர்கள், 'பிறக்கறதும் இறக்கறதும் யாரோட கையிலயும் இல்லை. ஒரு நொடிகூட ஒருத்தர் வாழ்க்கையை நாம பிடுங்கிக்க முடியாது. இன்னும் எத்தனை நாள் அவர் கஷ்டப்படணும்னு யாருக்குத் தெரியும்?' என்பார்கள்.

'அப்பா எத்தனை நாள் இப்படிக் கஷ்டப்படப்போறாரோ... அது இல்லை விஷயம். நாம இன்னும் எத்தனை நாள் இப்படிக் கஷ்டப்படப்போறோமோ... அதுதான் பெரிய கேள்வி.'

அதுதான் உண்மை. நிஜத்தில் கஷ்டப்படுவது எங்கள் அப்பாவல்ல. நாங்கள்தான் மிகவும் கஷ்டப்பட்டுக் கொண்டிருந்தோம்.

'அவருக்கு ஏதாவது சடங்குகளை செய்யலாமா?'

இந்த நிலையில் அவர் அமைதியாக இறப்பதைவிட எது சிறந்த தீர்வாக இருந்துவிட முடியும்?

நாங்கள் சில வயதானவர்களைச் சந்தித்து ஆலோசனை கேட்டபோது, 'அவ்வாறு சடங்குகளை செய்தும் அவர் நீண்டநாள் உயிரோடு இருந்தால் அது குடும்பத்துக்கு ஆகாது' என்றனர்.

அனைவரும் சேர்ந்து கூட்டுப் பிரார்த்தனை செய்வது ஒன்றே வழி என்றார்கள்.

'அப்பா! நீங்க நீண்ட நாள் நல்லா வாழ்ந்துட்டீங்க. இப்போ எங்களை விடுவியுங்க. எப்போ விடைபெறப்போறீங்க அப்பா... எப்போ விடைபெறப்போறீங்க?'

கடவுள் அல்ல, அப்பா எங்களுடைய பிரார்த்தனைக்கு செவி சாய்த்தால் மட்டுமே இதிலிருந்து எங்களால் விடுதலை அடைய முடியும்.

நாடோடியின் வீடு

'விசு சபர்' என்று அழைக்கப்படும் விஸ்வபாசு சபரும், 'ஹேமா கச்ச ராணி' என அன்புடன் அழைக்கப்படும் அவருடைய மனைவி ஹேமா சபரும் தங்கள் வாழ்க்கையை நாடோடிகளாகவே கடத்துபவர்கள்.

முதுகில் ஏழு அல்லது எட்டு மாதமிருக்கும் குழந்தை ஒன்றையும், தலையில் கண்ணாடி வளையல்கள் நிரம்பிய கூடை ஒன்றையும் சுமந்துகொண்டு, அவள் ஒவ்வொரு கிராமமாக விற்பதற்கு வலம் வந்து கொண்டிருப்பாள்..

பல அளவுகளிலுள்ள பெட்டிகளைப் படிப்படியாக அடுக்கி, அதை தலையில் வைத்துக்கொண்டு விசு நடப்பான். மேல் பெட்டியிலிருந்து வரும் கயிற்றால் கட்டப்பட்ட கீரிப்பிள்ளை ஒன்று விசுவைச் சுற்றிச் சுற்றி வந்துகொண்டிருக்கும். அவனுடைய தோள்களில் கட்டுக்கட்டாக சுள்ளிகளைத் தொங்கவிட்டிருப்பான்.

விசுவிற்கு ஐந்து உடன் பிறந்தவர்கள் இருந்தனர். அவர்களிடையே பாகம் பிரித்தபோது விசுவிற்கு ஐந்து கிராமங்கள் ஒதுக்கப்பட்டன. இதெல்லாம் ஒரு பெரிய பாகப்பிரிவினை இல்லை. அவர்களிடையே நிலமும் வீடுமா பிரிக்கப்பட்டன... அவர்கள் நாடோடிக் கூட்டத்தைச் சேர்ந்தவர்கள். எல்லா கிராமமும் அவர்களுடைய வீடுதான். தன் தாயின் முதுகிலிருந்து கீழே இறங்கும்போதே, அவர்கள் நேரடியாக இந்த உலகில் நுழைந்துவிடுவார்கள். எலிகளுடனும் கீரிப்பிள்ளைகளுடனும் விளையாட்டு காண்பிக்கும்போது, பாம்பை வசியப்படுத்தும் மந்திரங்களை கற்றுக்கொள்வார்கள். அவர்களுடைய தோளில் பாம்புக் கூடையும், அரக்குச் சுள்ளிகளும் இருக்கும். இந்த ஐந்து கிராமங்கள்தான் விசுவுக்கும் ஹேமாவுக்கும் உலகம். விசு தன் தோளில் பாம்பு கூடைகளைச் சுமந்துகொண்டு புறப்படுவான். ஹேமா தன் தலையில் கண்ணாடி வளையல்கள் நிரம்பிய கூடையை வைத்துக்கொண்டு புறப்படுவாள். வியாபாரம் தினமும் ஒவ்வொரு நாளைப்போல் இருக்காது. வியாபாரம் நடக்காதபோது, ஹேமா சலிப்போடு கேட்பாள். 'இந்த அஞ்சு கிராமத்துக்குள்ளேயே நம்மள புதைச்சுக்கிட்டு, பம்பரம் மாதிரி இங்கேயே சுத்திக்கிட்டு வந்தா நம்ம வயிறு ரொம்பிடுமா... நாம நாடோடிங்க. நம்ம பரம்பரையே நாடோடிங்கதான். இந்த எல்லை எல்லாத்தையும் தாண்டி நாம எட்ட இருக்குற இடத்துக்கு போக வேணாமா... புது இடத்துக்குப் போனா, நீங்க செய்யற வித்தை பாக்குறவங்களுக்குப் புதுசா இருக்கும். எனக்கும் என் வளையலை விக்க புது ஆளுங்க கிடைப்பாங்க. திரும்பத் திரும்ப உங்க வித்தையைப் பார்த்து இங்க இருக்கறவங்க அலுத்துப்போயிட்டாங்க. நான் என்ன ஜனங்களுக்கு தினம் வேணுங்கிற அரிசி பருப்பு, எண்ணெயையா விக்கறேன்... என் வளையல், தினமும் எப்பிடி விக்கும்?'

'ஆமா! நமக்கும் இரண்டரை வயித்தை ரொப்பணும். இந்த கிராமம் நம்மைப் பட்டினி போட்டுரும்னு நீ நினைக்கிறியா... நம்ம கிராமத்தை வுட்டு நாம போயிட்டா, வேற யாராவது இங்க வந்துட மாட்டாங்களா?'

‘ஆஹா! இந்த கிராமம்லாம் உங்க அப்பாவோட ஜமீனைச் சேர்ந்தது மாதிரி பேசுகிறீங்க... உங்களுக்கு இந்த அஞ்சு கிராமம் மட்டும்தான் கிடைச்சுச்சு. ஏன் அஞ்சு கிராமம்... உங்க அப்பா வானத்தைக்கூடப் பிரிச்சுக் குடுத்திருக்கணும். அங்க போயும் ஒரு சுத்து சுத்திட்டு வாங்க.’

‘என்ன கிண்டல் பண்றியா சரி, சரி, உனக்கென்ன... ஆனா ஒண்ணு கேக்கறேன் சொல்லு, என்னிக்காவது பசியோட நீ தூங்கப் போயிருக்கியா... நான் இந்த கிராமத்துக்கெல்லாம் போய் வித்தை காமிக்கிறேன். எனக்கு அவங்க தர்ற அரிசி, உளுந்து, கொள்ளு, கொண்டைக்கடலை, கம்பு எல்லாத்தையும் கொண்டு வந்து உன்கிட்டதானே தர்றேன்... கிராமத்து வயல்லேருந்து உடும்பு பிடிச்சுத் தந்திருக்கேன். தோப்புலேருந்து கொக்கைக் கொன்னு தந்திருக்கேன். பழத்தோட்டத்துலேருந்து பறவை, கிராமக் குளத்துலேருந்து பாம்பெல்லாம் பிடிச்சுட்டு வந்திருக்கேன். ஒரு பாம்பாட்டி திங்கக் கூடாதுன்னு ஏதாவது இருக்கா... அதனாலதான் பாம்பாட்டி பசிச்ச வயித்தோட இருக்கவே மாட்டான். இந்த கிராமம்லாம் நமக்கு நல்லாத் தெரியும். அதனால இங்க எதுக்கும் பயப்படவேண்டாம். ஆனா நீ ஒரு பொம்பளை. வெளியில நிலைமை எப்படி இருக்கு தெரியுமா... தெரியாத இடத்துல இவ்ளோ அழகான நீ ஒரு புடவைய மட்டும் சுத்திக்கிட்டு, கிழிஞ்ச கூடாரத்து தங்க முடியுமா... பத்திரமா இருக்க முடியுமா... எப்ப பாம்பு நம்ம கூடாரத்துக்குள்ள நுழையும்னு நமக்குத் தெரியவே தெரியாது. வேற ஊர்க்காரங்களால வர்ற பிரச்சனையையும் நம்மால சமாளிக்க முடியுமா சொல்லு. உன் விதி, நீ ஒரு பாம்பாட்டி பொண்டாட்டியா ஆயிட்ட. ஆனா சாமி உன்னை படைக்கும்போது அதை உன் மூளையில ஏத்த மறந்துட்டான்போல.’

அவன் அவள் அழகைப் புகழ்ந்து பேசியதும் ஹேமா வெட்கத்தில் முகம் சிவந்தாள். தன் கணவனை மகிழ்விக்க எண்ணி, ‘சரி. நீங்க என்ன ஆசைப்படறீங்களோ அதை நான் ஏன் வேணாம்னு சொல்லணும்... இருந்தாலும் ஒண்ணு செய்யுங்க. இந்த கிராமத்துலதான் நாம சுத்தணும்னா, காலியா ஒரு எடத்தைப் பார்த்து, ஒரு குடிசையைப் போட்டுக்கலாமா?’

‘மத்தவங்கள மாதிரி உனக்கும் வீடு வேணுமா?’

‘எனக்கு அரண்மனை கட்டிக் குடுங்கன்னா கேக்கறேன்... வெயில்கூட பரவாயில்ல, மழையிலேருந்தும், குளிருலேயிருந்தும் நம்மைக் காப்பாத்த ஒரு மண்குடிசைதானே கேக்கறேன்’... சரி வேணாம். பனை ஓலை வேய்ஞ்ச ஒரு குடிசையாவது கட்டிக் தாங்க. நாம எங்க சுத்தினாலும் திரும்ப அந்த இடத்துக்கு வந்துடலாம்.

‘சரி, காலியா இடம் இருக்கான்னு பாக்குறேன். எங்கேயாவது இடம் கிடைச்சா அங்க குடிசை போட்டுக்கலாம். நாடோடியா இல்லாம வீடு, குடும்பம்னு மாறிடுவோம்.’

இடத்திற்காக மிகவும் கஷ்டப்படாமல், நதியின் கரையிலேயே ஓர் இடத்தைக் கண்டுபிடித்துவிட்டான். அது, அந்த கிராமத்தின் சுடுகாட்டுக்கு அருகிலிருந்தது. புதர்களால் நிரம்பியிருந்த அந்த மைதானத்தின் பின்பகுதியில், நதிக்கரை இருந்தது. கரைக்கு அருகே ஒரு சிறிய இடம். அங்கு கிராமத்துப் பசுக்களும் காளைகளும் மேய்வது வழக்கம். கரைக்கு அருகில் ஓர் ஆலமரம். அது காலங்காலமாக அங்குதான் நின்றுகொண்டிருந்தது. விசுவுக்கு அந்த இடம் பிடித்துவிட்டது. முதலில் அந்த மரத்திற்குக் கீழே ஒரு கூடாரத்தை அமைத்தான். அந்த இடத்தில் கூடாரத்தில் தங்கினால் எப்படியிருக்கும் என்று முதலில் தெரிந்துகொள்ள அவன் விரும்பினான். ஒருநாள் தங்கிய பிறகு விசு ஹேமாவிடம் கேட்டான்.

‘இங்க இருக்கறது எப்படி இருக்கு?’

‘ஏன்... இந்த இடத்தை வாங்கப்போறீங்களா?’

‘இது ஒரு தரிசு நிலம். மேய்ச்சல் நிலம். இதைப்போய் யாராவது வாங்குவாங்களா?’

‘அப்புறம் எதுக்குக் கேக்கறீங்க?’

‘இல்லை! இல்லை! உனக்கு இந்த இடம் புடிச்சிருந்தா, கிராமத்துல கேட்டு, ஒரு கூரையைப் போட்டுடலாம்.’

'எனக்கு ஏன் பிடிக்காது... இது கிராமத்துலேருந்து, அங்க இருக்கற வீடுகள்லேயிருந்து தள்ளி இருக்கு. பக்கத்துல ஆறு. நமக்குத் தேவையானதெல்லாம் இருக்கே!'

கிராமத்திலுள்ளவர்கள் அவனுக்கு ஏன் அனுமதி மறுக்க வேண்டும்... விசுவும் சாமர்த்தியமான ஓர் ஆள். அவனை எல்லோருக்கும் பிடிக்கும்.

அவன் அதிர்ஷ்டம், அந்த வருடமே கிராமத்தின் ஆள் கணக்கீட்டின்போது, நிரந்தர கிராமவாசியாக அவன் பெயரை கிராமத் தலைவர் சேர்த்துக்கொண்டார். அன்றிலிருந்து ஒரு நாடோடியாக அறியப்பட்ட விசு, ஒரு கிராமவாசியாக மாறிவிட்டான். அவனுடைய பெயர் வாக்காளர் பட்டியலிலும் சேர்ந்துவிட்டது.

நாட்கள் ஓடிக்கொண்டேயிருந்தன. வயது ஆக ஆக, விசுவிற்கு வித்தைகள் செய்வதில் ஆர்வமில்லாமல் போய்விட்டது.

ஹேமா பாம்புகளை எடுத்துக்கொண்டு அவன் ஏன் வித்தைகள் காண்பிப்பதில்லை என்று கேட்டால் விசு, 'நான் இப்ப ஒரு நாடோடி இல்லை. நான் ஏன் ஊரைச் சுத்திச் சுத்தி வித்தை காமிக்கணும்... இப்ப நான் ஒரு கிராமவாசி. இப்ப எனக்கும் ஒரு வீடு இருக்கு. பொறம்போக்கு நிலத்துல கட்டின வீடுன்னு இப்போ இதைச் சொல்ல முடியாது. என் பெயரில 500 சதுர அடி அரசாங்கத்துல பதிவு பண்ணி தந்திருக்காங்க ஒரு நாள் நமக்கு அந்தப் பதிவுசெஞ்ச தாளெல்லாம் கிடைக்கும். அப்புறம் அதுல வீடு கட்ட நமக்கு லோன் கிடைக்கும். அப்புறம் நான் ஏன் ஒரு வீடு இல்லாதவனை மாதிரி சுத்தித் திரிஞ்சு வித்தை காமிக்கணும்... நான் இப்ப ஏதாவது வியாபாரம் செய்யப்போறேன்.'

'என்ன வியாபாரம்?'

'பாம்புக்கடிக்கு மருந்தா கொஞ்சம் வேரையெல்லாம் விக்கலாம்னு நினைக்கிறேன். கொஞ்சம் தாயத்து, கொஞ்சம் மந்திரிச்ச கயிறு, அப்புறம் குழந்தைங்களுக்கு பச்சிலை மருந்து இதெல்லாம்

விக்கலாம்னு நினைக்கிறேன். அதுல நமக்கு வருமானம் வரும்தானே?'

பாம்புக் கூடைகளை தள்ளிவைத்துவிட்டு, விசு தன்னுடைய தோள்களில் ஒரு பெரிய பையை மாட்டிக்கொண்டான். அந்தப் பை நிறைய பலவிதமான பச்சிலைகளும், வேர்களும், மந்திரித்த கயிறுகளும், தாயத்துகளும் இருந்தன. விசு ஒவ்வொரு கிராமமாகச் சுற்றி வந்தான். அவன் ஒரு பாம்பாட்டியாக இருந்தபோதே மிகவும் பிரபலமானவன். அவனுக்கென்று ஒரு பெயர்கூட இருந்தது. பாம்புக்கடி மருந்துகளைத் தவிர, பாம்பு வராமலிருக்கச் சில மூலிகைகளையும், கண் திருஷ்டி வராமல் இருப்பதற்காகச் சில மூலிகைகளையும், காதுவலிக்குச் சில மூலிகைகளையும், பல்வலிக்கு மூலிகைகளையும் விற்கத் தொடங்கினான். மந்திரித்த கயிறுகளையும் தாயத்துகளையும் அவன் மக்களுக்கு விற்பனை செய்தான். சிறிது சிறிதாக விசுவின் வியாபாரம் நன்கு செழித்தது. பாம்பாட்டி விசுவிலிருந்து சித்த மருத்துவர் விசுவாக அவன் மாறிவிட்டான்.

அவனுடைய பச்சிலை மருந்துகளுக்குப் பலன் இருக்கிறது என்று மக்கள் அறிந்தவுடன், அவன் வீட்டிற்கு அருகே பெரிய கூட்டம் சேரத் தொடங்கியது. அவனுடைய வியாபாரம் பெருகியது. அவனுடைய வீட்டிலேயே அவன் வருபவர்களுக்குத் தன் பொருட்களை விற்கத் தொடங்கினான். இப்போதெல்லாம் ஊர் ஊராகச் சுற்றித் தன்னுடைய பொருட்களை விற்பதை விட்டுவிட்டு, ஒரே இடமாகத் தங்கி தன் வீட்டிலேயே அவன் வியாபாரத்தைத் தொடர்ந்து பார்த்துக்கொண்டான்.

விசுவினுடைய மருந்துகள் அவர்கள் வீட்டினருகே விற்கத் தொடங்கியவுடன், ஹேமாவிற்கு அந்த வீட்டிலிருந்து வெளியே செல்வதற்கான போதிய நேரம் கிடைக்கவில்லை. தன்னுடைய வளையல்களைச் சுமந்துகொண்டு கிராமத்திற்குச் செல்ல அவளுக்கு நேரமில்லாமல் போனது. குழந்தைகளுடன் மருந்து வாங்க வந்த அத்தனை பெண்களும், விசுவிடம் மருந்து வாங்கியவுடன், உடனே

ஹேமாவிடம் வளையல்கள் வாங்குவதற்கு வந்தனர். சுற்றி விற்றதைவிட வீட்டில் இருந்தபடியே ஹேமா நிறைய வளையல்களை விற்கத் தொடங்கிவிட்டாள். அவளால் வீட்டு வேலைகளைப் பார்த்தபடி, குழந்தையையும் விசுவையும் கவனித்துக்கொண்டே, வீட்டையும் கண்காணிக்க முடிந்தது. ஹேமாவிற்கு மிகவும் நிம்மதியாக இருந்தது.

இப்படி எல்லாமே நல்லவிதமாக போய்க்கொண்டிருந்த நேரத்தில் கிராம கவுன்சிலருக்கான தேர்தல் வந்தது. தேர்தல் ஆணைய விதிப்படி அந்தத் தலைவருக்கான இடம் ஒரு பழங்குடிப் பெண்ணுக்காக ஒதுக்கப்பட்டிருந்தது. கிராமப் பதவிக்காக ஆசைப்பட்ட அனைத்துத் தலைவர்களுக்கும் இது மிகவும் ஏமாற்றத்தைக் கொடுத்தது. ஆளுங்கட்சியின் சார்பாக ஒரு பழங்குடிப் பெண்ணை அங்கு நிறுத்துவதற்காக அவர்கள் தேடத் தொடங்கினர். ஆனால் ஒரு கடற்கரைப் பகுதியில் எங்கிருந்து பழங்குடிப் பெண்மணியைக் கண்டுபிடிக்க முடியும்... வாக்காளர் பட்டியல் மிக நன்றாக ஆராயப்பட்டது. இறுதியாக, இரண்டு பெயர்கள் அவர்களுடைய கவனத்திற்கு வந்தன. விஸ்வ பாசுசபர், ஹேமா சபர்.

அந்த கிராமத்திலுள்ள அனைத்துக் கட்சித் தலைவர்களும் விசுவின் வீட்டை நோக்கிப் படையெடுத்தனர். அந்த கிராமத்தில் ஹேமா சபரைத் தவிர்த்து வேறு எந்தப் பழங்குடியினப் பெண்ணும் இல்லாமல் போனதால், ஹேமா சபர் போட்டியிட்டால் அவளை எதிர்க்க யாருமே இல்லாமல், அவளே தேர்ந்தெடுக்கப்பட்டுவிடுவாள். அனைவரும் ஹேமாவைத் தங்கள் கட்சிக்காகப் போட்டியிடுமாறு வற்புறுத்தினர். ஆனால் விசுவிற்கு இது எதுவும் புரியவில்லை. அரசியல் என்றால் என்ன... எதற்காக ஒருவரை வேட்பாளராக ஆக்க வேண்டும்... கிராமத்தில் எத்தனையோ படித்த, திறமையான பணக்காரப் பெண்கள் இருக்கும்போது, அவர்கள் ஏன் ஹேமாவைத் தேர்ந்தெடுக்கின்றனர்... அனைவருடைய அறிவுரையையும் கேட்ட பிறகு, விசு அனைவருக்கும் ஒரே பதிலைத்தான் கூறினான்..

'நல்லது ஐயா. எங்க பேரைப் பட்டியல்ல சேக்கும்போது கிராமத் தலைவர் எங்களுக்கு ஒரு வீடு தர்றேன்னு சொன்னார். உங்களால அதைச் செய்ய முடியும்னா கட்டிக்குடுங்க.. ஆனா ஒரே கொழப்பமா இருக்குங்க ஐயா. எங்களுக்குத் தேர்தலைப் பத்தி என்ன தெரியும்... எங்களை எதுக்காக இந்தச் சிக்கல்ல இழுக்குறீங்க... நாங்க காலங்காலமா நாடோடிக் கூட்டம். குளிருக்கும் மழைக்கும் எங்க தலைக்கு மேல ஒரு கூரை வேணும்னுதான் இங்க தங்கினோம்.'

'விசு, நீ ஒண்ணு கேள்விப்பட்டிருக்கியா'... 'சாக்கு நிறைய தங்கம் வெச்சிருக்குற ஒருத்தன் போய் பித்தளை வித்தானாம்னு'... உன் பொண்டாட்டி கமிட்டி உறுப்பினரா ஆயாச்சுன்னா உன் வீட்டுக்கு எதிரே நீண்ட வரிசையில ஜனங்க நின்னுகிட்டு, 'இந்திரா அவாஸ் யோஜனா'ல வீடு வேணும்னு அவளைக் கேக்கப்போறாங்க. அப்படி இருக்கப்போற நீ, உனக்கு இப்ப வீடு வேணும்னு எங்களக் கேக்கற!'

விசு கனவு காணத் தொடங்கிவிட்டான். அமைதியாக அமர்ந்து சிறிது யோசனை செய்த பிறகு அவன் அவர்களிடம், 'சரி ஐயா! உங்க வார்த்தைதான் கடைசி. ஆனா என்னால உடனே சரின்னு சொல்ல முடியாது. என் பொண்டாட்டியக் கேக்கணும். அவளுக்கு ரொம்ப பயந்த சுபாவம். உங்க பாரத்தைச் சுமக்க அவ சரின்னு சொன்னா உங்ககிட்ட சொல்றேன்.'

'அவ ஏன் சம்மதிக்க மாட்டா... அவளைச் சம்மதிக்க வெக்கறது உன் பொறுப்பு. அவளோட ஜாதகப்படி அவ ஒரு நாட்டை ஆளணும்னு இருந்தா, எதுக்கு அவ ஒரு வளையல் விக்கிறவளா ஊர் ஊராச் சுத்தணும்?'

'சரி ஐயா, நாங்க ரெண்டு பேரும் இதைப் பத்தி யோசிச்சு, உங்களுக்கு பதில் சொல்றோம். அவளால முடியும்னா அவ நிச்சயம் செய்வா.'

'அதைப் பத்தி நீ ஏன் கவலைப்படுற... அவளை யாரும், எந்த வேலையும் செய்யச் சொல்ல மாட்டோம். அந்தப் பொறுப்பு எங்களுக்கு. அவ சார்பாக நாங்க எல்லாரும் வேலை செய்வோம்.'

இதையெல்லாம் விசு ஹேமாவிடம் சொன்னபோது, ஹேமாவிற்கு மிகவும் வேடிக்கையாக இருந்தது.

‘எல்லாருக்கும் தூங்கறபோது கனவு வரும்னு தெரியும். ஆனா பகல் கனவு பத்தி எனக்குத் தெரியாது. அரசியலுக்கும் நமக்கும் என்ன சம்பந்தம்... அதே மாதிரி எனக்கு என்ன தெரியும்... சரி! நாம பழங்குடிதான். நல்ல கெட்டிகாரங்களா நிறைய பேர் இருக்க, நம்மால அந்தப் பொறுப்பை எடுத்துக்க முடியுமா... என்னால முடியாது. உங்களுக்கு முடியும்ன்னா நீங்க போங்க.’

‘இது நான் சம்பந்தப்பட்டதுன்னா நான் ஏன் அவங்களைக் காக்க வெக்கப்போறேன்... நம்ம தொகுதி, பொம்பளைக்கான தொகுதின்னு அவங்க சொல்றாங்க. அப்புறம் பேருக்குதான் நீ இருக்கணும், மத்த பொறுப்பெல்லாம் அவங்களே பாத்துப்பாங்கன்னும் சொல்றாங்க.’

‘அப்படின்னா என்னை ஏன் கேக்கறீங்க... எது சரின்னு உங்களுக்குத் தோணுதோ, அதைச் செய்யுங்க. நீங்க சொல்றதை எப்போ நான் மறுத்திருக்கேன்... எல்லாம் நல்லா போச்சுன்னா அது உங்களால. ஏதாவது பிரச்சனை வந்துசுன்னா அதுவும் உங்களாலதான்.’

ஹேமா சபர், ஆளுங்கட்சியின் சார்பாக அந்த கிராமத்தின் வேட்பாளராக நின்று வெற்றிபெற்றாள். அதிர்ஷ்டவசமாக அந்த கிராமத்துப் பஞ்சாயத்துத் தலைவரின் பொறுப்பும் ஒரு பழங்குடி பெண்ணுக்காக ஒதுக்கப்பட்டிருந்ததால், ஹேமா அந்த இடத்தையும் வென்று கிராமத் தலைவியாகிவிட்டாள். இவையனைத்தும் ஒரு தேவதைக் கதையைப்போல கண்மூடி, கண் திறப்பதற்குள் நடந்து முடிந்துவிட்டன. வளையல் வியாபாரி ஹேமாவிலிருந்து, ‘ஹேமா மேடமாக’ மாறியதை, ஒரு புராதன யானை அவள் தலையில் தங்கக் குடத்தால் அபிஷேகம் செய்து ராணியாக்கிவிட்டது என்று அவள் நினைத்தாள்.

ஆரம்பத்தில் தன் மனைவியின் வெற்றியைக் குறித்து விசு மிகவும் மகிழ்ந்திருந்தான். ஒருகாலத்தில் அவனுக்குக் கனவாக இருந்த

வாகனங்கள், பதவி, அதிகாரம் இவை அனைத்தும் ஒரே சமயத்தில் அவனுக்குக் கிடைத்துவிட்டன. ஹேமாவை அழைத்துச் செல்ல அரசாங்க வாகனம் வரும்போது, நன்கு உடை அணிந்துகொண்டு விசு முதலில் அதில் ஏறிக்கொள்வான். ஹேமாவிற்கும் விசு காரில் தன்னுடன் பயணப்படுவது மிகவும் பிடித்திருந்தது. ஆனால் இந்த மகிழ்ச்சி சில காலத்திற்குத்தான் நீடித்தது. காலப்போக்கில் அவள் முக்கியமான தலைவர்களுடனும் மந்திரிகளுடனும் பழகத் தொடங்கினாள். அவர்களுடன் வாகனத்தில் பயணிக்கவும் தொடங்கினாள்.

ஒருநாள் ஹேமாவை அழைத்துச் செல்ல வாகனம் வரும் சமயத்தில், விசுவும் தயாராக இருப்பதைக் கண்டு ஹேமா அவனிடம், 'எத்தனை நாள்தான் எனக்குத் துணையா நீங்க வருவீங்க... வீட்டோட பொறுப்பை ஏத்துக்கிட்டு, நீங்க குழந்தையைப் பார்த்துக்குங்க. ஆரம்பத்துல இதெல்லாம் எனக்குப் புதுசா இருந்தது. அதனால உங்க துணை எனக்கு வேண்டியிருந்தது. ஆனா இப்ப எனக்கு எல்லாரையும் தெரியும். அவங்களும் எனக்கு உதவி செய்யறாங்க. அதனால இனிமே நீங்க என்னோட வர வேணாம்.'

விசுவும், தான் ஹேமாவுடன் தினம் வெளியே போய்விட்டால் வீட்டை யார் கவனித்துக்கொள்வது என்பதை உணர்ந்தான். குழந்தையும் மிகச் சிறிய குழந்தை. அதைப் பார்த்துக்கொள்ளும் பொறுப்பும் இருந்தது.

வீட்டின் பொறுப்பை விசுவிடம் கொடுத்துவிட்டு, ஹேமா கிராமங்களுக்கும் தலைநகருக்கும் பயணம் மேற்கொண்டாள். அவள் எம்.எல்.ஏ-க்களுடனும் மந்திரிகளுடனும் பயணம் செய்தாள். தலைநகரில் அதிதி பவனிலும், பங்களாக்களிலும் தங்கினாள். ஓர் இரவு ஒரு பங்களாவில் தங்கி இருந்தபோது, திடீரென ஓர் அமைச்சர் அவளை, ஒரு வேலை நிமித்த சந்திப்பு இருக்கிறது என்று வரச் சொன்னார். அந்த அமைச்சருடைய அறைக்கு அவள் சென்றபோது அவர் அங்கு தன்னந்தனியாக இருந்தார். அவரைத் தனியாக

பார்த்தவுடன் ஹேமாவிற்கு பயம் வந்தது. ஆனால் அந்த பயம் அதிக நேரம் நீடிக்கவில்லை. அந்த அமைச்சர் அவளை சோபாவில் உட்காரச் சொல்லிவிட்டு, மிகவும் அன்புடன் பேசினார்.

'இதுவரை நீ எந்த ஒப்பந்ததாரரிடமிருந்தோ, அதிகாரிகளிடமிருந்தோ எந்தப் பணமும் வாங்கிக்கலைன்னு நான் கேள்விப்பட்டேன். பணம் வாங்கிக்காம இருக்கறது நல்லதுதான். ஆனா நம்மால அப்படி இந்த உலகத்துல பணம் இல்லாம வாழ முடியாது. நம்ம நிர்வாகத்தைப் பணமில்லாம நடத்த முடியாது. உன் மாநிலத்துல என்னென்ன மேம்பாட்டு வேலைகள் நடக்குதோ, அதுல உனக்கும் பங்கிருக்கு. ஒரு கான்ட்ராக்டர் பணம் குடுத்தா, அதை அவர் குடுத்ததா நெனைச்சு வாங்காம இருக்கே. அவரோட வேலை வந்தா அது நடந்து முடியுதான்னு நீ பொறுப்பாபாரு' என்று சொன்னபடி அவளிடம் மிகப்பெரிய தொகை ஒன்றைக் கொடுத்தார்.

ஒரே சமயத்தில் அத்தனை பெரிய தொகையைக் கண்டவுடன் ஹேமா அதிர்ந்துபோனாள். முதலில் அதை மறுத்தாலும், பிறகு அமைச்சரின் வற்புறுத்தலால் அதை வாங்கிக்கொண்டாள். பணத்தை வாங்கிய பிறகு அமைச்சர் அவளுடன் ஏதாவது அருந்த விரும்பினார். அவர் அளித்த பானத்தை அருந்திய பிறகு, அவளுக்குள் ஏதோ ஒரு மாற்றம் நிகழ்ந்தது. அவளுக்கு நினைவிருந்தபோதிலும், காற்றில் மிதப்பதுபோல் இருந்தது. அவள் அப்படித் தன்னை உணராமலிருந்தபோது, அந்த அமைச்சர் அவளை மெதுவாக அணைத்துக்கொண்டார்.

'இதுவரை உன் அழகை யாருமே புகழ்ந்ததில்லையா... இந்த மாதிரி அழகை வெச்சுக்கிட்டு நீ ஒரு ராணியா இருக்கணும். அதை விட்டுட்டு ஒரு பழங்குடி ஆளுக்கு பொண்டாட்டியா இருக்கியே.'

இரண்டாவது முறையாகத் தன்னுடைய அழகைப் பற்றிய புகழுரையைக் கேட்டபோது, ஹேமாவிற்கு மிகவும் மகிழ்ச்சியாக இருந்தது. ஆனால் தன் வெட்கத்தை மறைக்க, தன் முகத்தை மறைக்க முயற்சி செய்தாள். அவள் கையை முகத்திலிருந்து நீக்கிய அமைச்சர்,

‘நிலவு மாதிரி முகத்தை ஏன் மறைக்கிற... நான் உன்கிட்ட பொய் சொல்லலை. ஏமாத்தலை. நீ சரின்னா, உன்னை நான் மகாராணியா ஆக்கி, அது மாதிரியே நடத்துவேன். உனக்கு அந்த விசு சபர் என்னத்தைக் குடுத்திருக்கான்... உன் அழகைப் பத்தி அவன் என்னிக்காவது புகழ்ந்து பேசியிருக்கானா?’ என்று பேசியபடியே அமைச்சர் அவளை தன் அணைப்பினுள் கொண்டுவந்துவிட்டார்.

எந்த ஓர் எதிர்ப்பும் காட்டாமல், ஹேமா அவருடைய அணைப்பில் கட்டுண்டு கிடந்தாள். மெதுவாக அமைச்சரின் கைகள், ஹேமாவின் பல்வேறு பகுதிகளில் மேயத் தொடங்கின. ஹேமா மிகவும் உணர்ச்சிவசப்பட்டாள். இரவு விடியும் பொழுதில் ஹேமா முற்றிலும் வித்தியாசமான ஒரு நபராக மாறிவிட்டிருந்தாள். தன் வாழ்க்கையில் இப்படியான இன்பம் மிகுந்த, சுவையான ஒரு நிகழ்ச்சி எப்போதாவது நிகழ்ந்திருக்குமா என்று யோசித்துப் பார்த்தாள். எத்தனை யோசித்தபோதும் இப்படியான பொழுதுகள் அவளுடைய வாழ்க்கையில் நடந்ததாக அவளுக்கு நினைவே இல்லை. கூடாரத்தில், எப்போதோ கடந்த ஓர் இரவும், அங்கும் இங்குமாகவும், படுக்கையிலும் கழித்த ஏதோ ஓர் இரவு மட்டுமே நினைவில் இருந்தது. பாம்பு, தவளை, நாய் அல்லது பன்றி இவற்றின் உடல் இன்பமும், ஒரு மகாராணியின் உடல் இன்பமும் எத்தனை மாறுபட்டவை என்று அவளுக்குத் தோன்றியது. அதை ஒப்பிட்டுப் பார்க்கும்போது அவளுடைய வாழ்க்கையின் அர்த்தமே முற்றிலும் மாறிவிட்டதாக ஹேமாவிற்குத் தோன்றியது.

ஒரு வாரம் தொடர்ந்து பிரயாணத்திலிருந்துவிட்டு ஹேமா மீண்டும் வீட்டிற்குத் திரும்பி வந்தாள். தாய்க்காகக் காத்துக்கொண்டிருந்த குழந்தை, அவளைக் கண்டதும் ஓடி வந்து கட்டிக்கொண்டது. ஆனால் எந்த ஓர் உணர்ச்சியுமற்று, குழந்தையின் மேல் எந்தப் பரிவும் காட்டாமல், அவள் குழந்தையை நிராகரித்துவிட்டு, ‘இரு, என் புடவைய அழுக்காக்கிடாதே’ என்றாள்.

விசு அவளிடம் ‘இத்தனை நாளா எங்க போயிருந்த?’ என்று கேட்டான்.

‘நீங்கதான எனக்குப் பொறுப்பைத் தந்தீங்க... நான்தானே அதையெல்லாம் செய்யணும்.’

‘ஆமா. ஆனா குழந்தையோட பொறுப்பும் உனக்கு இருக்கில்ல?’

‘ஏன் நீங்க இங்க இருக்கீங்கல்ல... இந்தப் பணத்தை வெச்சுக்கங்க. இனிமே நீங்க பச்சிலை, வேரெல்லாம் விக்க வேணாம். மருந்தெல்லாம் விக்க வேணாம். நீங்க குழந்தையைப் பாத்துக்கோங்க, போதும்.’

கைநிறைய பணத்தைக் கண்டவுடன் விசு ஆச்சரியத்தில், ‘இவ்வளவு பணம் எப்பிடிக் கிடைச்சுது?’ என்று கேட்டான்.

‘இதுதான் ஆரம்பம். அமைச்சர் இன்னும் பணம் வரும்னு சொல்லியிருக்காரு.’

‘அப்படின்னா நீயும் அவங்க ஆட்டத்துல சேர்ந்துட்டியா?’

‘இல்லை. நான் சேர மாட்டேன்.’

‘இல்ல. நீ சேந்துடுவ.’

மந்தையோடு சேர்ந்து இருக்க விரும்பாத பசுவைப்போல, ஹேமாவிற்கு வீட்டில் தங்குவதற்குப் பிடிக்கவில்லை. மிகவும் பிரயத்தனப்பட்டு அன்று இரவை அவள் வீட்டில் கழித்தாள். மறுநாள் காலை உடனடியாக அவள் வெளியே செல்வதற்குத் தயாரானாள். அவள் அலங்கரித்துக்கொள்வதைப் பார்த்து விசு கேட்டான். ‘எங்கேயாவது போறியா?’

‘ஆமா! இன்னும் ரொம்ப வேலை இருக்கு. அமைச்சருக்கு என்னை வீட்டுக்கு அனுப்பவே பிடிக்கலை. நான் தான் ரொம்ப வலுக்கட்டாயமா இன்னிக்கு ராத்திரி இங்க இருக்கறதுக்காக வந்தேன். உங்களையும் பாத்துட்டேன். அதுக்கப்புறம் இப்ப என் பொறுப்பை முடிக்கணும். நான் ஆசைப்பட்டா இந்த வேலைக்குப் போனேன்... உங்களுக்குத்தான் சிமெண்ட் வீடு வேணும்னு ஆசை. நான் இப்ப குடுத்த பணத்தில ஒரு வீட்டைக் கட்ட ஆரம்பிங்க.. மீதப் பணத்தை

நான் சீக்கிரம் தர்றேன். இன்னொன்னு, நான் ராத்திரி லேட்டா வருவேன். நீங்க பதட்டப்படாம இருங்க.'

மிகவும் வியப்புடன் விசு ஹேமாவைப் பார்த்தான். இத்தனை வருடங்கள் தன்னுடன் வசித்த ஹேமாவா இது என்பதை அவன் கண்களால் நம்ப முடியவில்லை.

குடும்ப உறவுகளையும், குடும்பத்தையும் அழிக்கும் அத்தகைய போதையா அரசியல் என்பது?

குழந்தை அவள் பின்னாலேயே சுற்றியபடி அழுது கொண்டிருந்தது. ஆத்திரத்துடன் அவள், 'நீங்க என்ன பண்றீங்க... குழந்தையைப் பாத்துக்குங்க.'

ஹேமா கிளம்பிச் சென்றுவிட்டாள். ஆனால் அவள் இருந்த நேரம் வசந்தத்தைப்போல இருந்தது. அவள் அங்கு வந்ததும் உறவின் காரணமாக இல்லை. அரசியலின் காரணமாகத்தான். விசு அவளைப் பற்றிப் பல கிசுகிசுக்களைக் கேள்விப்பட்டான். ஆனால் கிசுகிசுக்களை நம்ப முடியாது.

'ஹேமாவோட கொஞ்ச வருஷம்தான் கூட இருந்திருக்கேன். ஆனா அப்போ அவளை நான் முழுசா புரிஞ்சுகிட்டேன்னு சொல்ல முடியாது. ஜனங்க மத்தவங்க உணர்ச்சியைப் பத்திக் கவலைப்பட மாட்டாங்க. ஒரு சாதாரண வளையல் விக்கிறவ, கிராமம் கிராமமா சுத்தி வளையல் வித்தவ, இப்போ கார்ல சுத்தறான்னா எத்தனை பேர் அதை சகிச்சுப்பாங்க?' என நினைத்தான்

கோடையில் வீசும் தென்றலைப்போல அவ்வப்போது ஹேமா அவர்களை வந்து சந்தித்தாள். ஆனால் ஒருமுறை அவள் வரும்போது அவளுடன் ஒரு எரிமலையும் சேர்ந்து வந்தது. ஒரு நாள் மாலை அவள் வீட்டிற்கு வந்து 'நான் உங்களோட கொஞ்சம் பேசணும்' என்றாள்.

'உங்க பாதையும், என் பாதையும் இப்போ வேற வேறயா மாறிடுச்சு. உங்ககிட்ட இதைச் சொல்ல வேணாம்னுதான் நினைச்சேன். ஆனா உங்களுக்குத் தெரியாம இருக்கக் கூடாதுன்னு எனக்குத்

தோணிச்சு. நான் ஒரு முடிவெடுத்துட்டேன். அதை உங்ககிட்ட சொல்லணும். நம்ம பழைய உறவுனால நான் உங்களுக்கு ஒரு வீட்டைக் கட்டித் தர்றேன். நீங்க குழந்தையோட பொறுப்பை ஏத்துகிட்டு, அவனைப் படிக்க வைங்க. அவன் ஆண் குழந்தை. அவன் வளந்துட்டான்னா உங்க பொறுப்பு முடிஞ்சுடும். உங்களுக்கும் பச்சிலை, வேரெல்லாம் விக்கிற வியாபாரம் இருக்கு. கஷ்டமில்லாம வாழ்ந்துடலாம்'...

அன்று பூமி அதிர்ந்ததா அல்லது ஹேமாதான் தன்னுடன் அந்த அதிர்வைக் கொண்டு வந்தாளா என்பதை விசுவால் கணிக்க முடியவில்லை. அவள் சென்ற பிறகு விசு தன் ஓலைக்கூரையை பிய்த்துப் போட்டான். தன்னிடமிருந்த பச்சிலைகளையும் வேர்களையும் தூக்கி எறிந்தான். மந்திரித்த கயிறுகளையும், தாயத்துகளையும் வெளியே போட்டான். விடியும் நேரம் அவன் ஊர் எல்லையை அடைந்தான். அவனுடைய தோளில் பழைய பாம்புக்கூடை இருந்தது. அவன் குழந்தையும், கோபிந்தி என்ற கீரியும் அவனைத் தொடர்ந்து சென்றனர்.

மக்கள் அவனை ஆச்சரியத்துடன் பார்த்தபோது அவன் தனக்குள்ளே இப்படிச் சொல்லிக்கொண்டான்.

'ஒரு நாடோடிக்கு எப்படி ஒரு வீடு இருக்கும்... பாம்புக்கு ஒரு வீடு இருக்கா... எந்தப் பொந்துல அது நுழையுதோ, அதுதான் அதோட வீடு. என் கூடையில இப்ப எதுவுமே இல்லை. ஒரு பாம்பைப் பிடிக்கணும். ஆனா இந்த முறை பாம்பைப் பிடிச்சோம்னா அதோட விஷப்பல்லைப் புடுங்கிடணும். அப்புறமா அதை கூடைல வெச்சுக்கலாம். வாடா பையா! நாம போகலாம். பாம்பு இல்லாம இந்தக் கீரியால எப்படி வித்தை காட்ட முடியும்... முதல்ல ஒரு பாம்பைப் பிடிப்போம். பாம்பு வித்தை எப்படி காட்டுறதுன்னு உனக்கு சொல்லித் தர்றேன். ஒரு நாடோடியா மாருற வித்தையையும் உனக்குச் சொல்லித் தர்றேன். ஆனா ஒண்ணு, எனக்கு வீடு வேணும்னு மட்டும் கேட்டுடாதே. நல்லா..ஞாபகத்துல வெச்சுக்கோ. ஒரு நாடோடிக்கு வீடு தேவையே இல்லை.'

மைனாவும் ஊமைக் குழந்தையும்

துடுப்புவால் கரிச்சான் குருவி இரவில் கூவியதைக் கேட்ட அந்த கிராமத்துத் தலையாரிக்கு, தன் காதுகளை நம்ப முடியவில்லை. மீண்டும் உன்னிப்பாக அந்தப் பறவை கூவுவதைக் கேட்டான். ஆமாம், நிச்சயமாக இது துடுப்புவால் கரிச்சானின் கூவல்தான். இது ஏதோ அபசகுனம்போல இருக்கிறதே என்று நினைத்தபடி எழுந்து சாலைகளில் உரக்க கூவிக்கொண்டே ஓடினான்.

கண்ணில் தென்பட்ட கதவுகளையெல்லாம் தட்டினான். உறங்கிக்கொண்டிருந்த ஊர் மக்களை எழுப்பினான். அவர்கள் தூங்கி வழிந்த கண்களுடன் பொறுமையாகக் கதவைத் திறந்து, 'என்ன ஆச்சு... ஏதாவது புலி நம்ம கிராமத்துக்குள்ள நுழைஞ்சிடுச்சா... யரோட ஆட்டையோ, மாட்டையோ அடிச்சிடுச்சா?' என்று கேட்டார்கள்.

தலையாரி, தான் சொல்வதை கவனமாகக் கேட்கும்படி எல்லோரிடமும் கூறினான். அனைவரும் இரவின் அடர்த்தியையும், அமானுஷ்ய அமைதியையும் மீறிக்கொண்டு ஒலிக்கும் அந்தச் சத்தத்தைக் கேட்க முயற்சி செய்தனர், இரண்டு இளைஞர்கள் தலையை ஆட்டியபடி, 'ஆமா. எங்களுக்கும் அது கேக்குது. இது ஒரு புலியோட உறுமல் இல்லை, யானை பிளிறலும் இல்லை. ஏதோ ஒரு பறவை கத்துற மாதிரி கேக்குதே.'

'ஆமா, அது பறவைதான்.'

'அந்தப் பறவையின் விட்டுவிட்டு ஒலிக்கும் ஓசையைக் கேட்டு கிராமத்துப் பெரியவர்கள் தங்களுக்குள் முணுமுணுத்துக் கொண்டனர்.'

'இதைப் பறவையோட கூச்சல்னு மட்டும் சொல்ல முடியாது. இது நம்ம கிராமத்துக்கே ஒரு அபசகுனம். இப்ப நாம என்ன செய்யலாம்... வயல்ல வைக்கோலைப் பரப்பி வெக்கலாமா... இல்லை பள்ளத்துல சோளத்தைப் பரப்பி வெப்போமா... துவரம்பருப்பை என்ன செய்யறது... இது நம்ம கேடுகாலம். நம்ம பயிரெல்லாம் வயல்ல நல்லா விளைஞ்சு நிக்குது. சோளமும் துவரம் பருப்பும் பள்ளத்துல இருக்கு. பயிருக்காக நம்ம உசுரை நாம பலி குடுக்க வேணுமா?'

'நாம உசுரோட இருந்தா ஏதாவது ஒண்ணு ரெண்டு பயிர வளக்கலாம். நம்ம உசுரே போயிட்டா என்ன செய்றது?'

'அப்படின்னா நாம எங்க போலாம்... நாம எத்தனையோ வருஷமா இந்த கிராமத்துல இருக்கோம். இங்க வந்த சமயத்துல இது மாதிரி பிரச்சனை வரும்னு நாம நினைச்சே பாத்திருக்க மாட்டோம். நம்ம காலு நம்மை எங்க அழைச்சுக்கிட்டு போகுதோ, எங்க நமக்கு பாதுகாப்பா ஒரு இடம் கெடைக்கிதோ நாம அங்க தங்கலாம். இதுக்கு மேல நாம தாமதிக்கக் கூடாது. கிளம்புவோம். எல்லாரும் அவங்க அவங்க பொருளை எடுத்துக்கோங்க. அதிகாலையில எல்லாத்துக்கும் தீ வெச்சுட்டு நாம கிளம்பிடுவோம்.'

சுனாபேடாவிலுள்ள காட்டைச் சுற்றி தீ பற்றிக்கொண்டது. அங்கிருந்த பகாரியர்கள் கிராமத்தைக் கொளுத்திவிட்டனர். எங்கள் அலுவலகத்திற்கு சேதி வந்ததும் வன அதிகாரி எங்களை அழைத்து, கிராமத்திற்கு உடனே செல்லுமாறு பணித்தார். அவர்கள் புத்திகூர்மையானவர்கள் கிராமத்தைத் தீக்கிரையாக்கினால் அது மொத்தக் காட்டையும் அழித்துவிடும். காட்டைச் சரிசெய்து புதிதாக ஒரு கிராமத்தை உருவாக்க வேண்டும்.

வன அதிகாரிகளையும் காவலர்களையும் காட்டிற்கு அழைத்துச் செல்லும் பொறுப்பு என்மேல் விழுந்தது. அந்த இடத்தை அடைவது அத்தனை சுலபமாக இல்லை.

நாங்கள் சென்ற ஜீப்பில் வனத்தின் அருகில் போடப்பட்டிருந்த கொட்டகை வரையில்தான் செல்ல முடிந்தது. அங்கிருந்து பத்திலிருந்து பன்னிரண்டு கிலோமீட்டர் நடந்து, காடுகளையும் காட்டாறுகளையும் தாண்டி, பகாரியப்படாவை அடைய வேண்டும். அதனால் நாங்கள் முகாமிட்டு, கிராமத்தை நோக்கி நடந்தோம். பகாரியப்படாவை அடைந்தபோது மாலைப் பொழுதாகிவிட்டது. அந்தக் கிராமமே சாம்பல் குவியலாக காணப்பட்டது. அங்கிருந்த சாம்பலிலிருந்து உடல்களைத் தேடி எடுக்க முயற்சி செய்தோம். நல்லவேளையாக தீ அணைந்துவிட்டது. அது அருகில் இருந்த வனத்திற்குப் பரவவில்லை. நிம்மதிப் பெருமூச்சுவிட்டோம். இரவு நேரம் நெருங்கியதால் கிராமத்தார்களைப் பிற்பாடு தேடிக்கொள்ளலாம் என்று முடிவுசெய்து, ஒரு கொட்டகை அமைத்து, இரவு ஓய்வெடுக்க முடிவு செய்தோம்.

மறுநாள் காலை அருகிலுள்ள காட்டாற்றின் பக்கத்தில் என் காலைக்கடன்களைக் கழித்துவிட்டு, கொட்டகைக்குத் திரும்பி வரும்போது, மரத்திலிருந்த ஒரு வலையில் ஒரு பறவை ஊசலாடிக்கொண்டிருப்பதைப் பார்த்தேன். மரத்தின் மேல் ஏறி அந்தப் பறவையை அந்த வலையிலிருந்து மீட்டு, என் உள்ளங்கையில் வைத்துக்கொண்டேன். அது ஒரு மைனாக்குஞ்சு. நான் டென்ட்டை

அடையும் சமயத்தில் அங்கிருந்த காவலர், எனக்கு எங்கிருந்து இந்த அபூர்வமான ஐரோப்பியப் பறவை கிடைத்தது என்று கேட்டார்.

‘இது அபூர்வமான பறவையா?’

‘ஆமாம் சார். இந்த இனம் ரொம்ப சீக்கிரம் பேசக் கத்துக்கும். மனுஷங்களவிட வேகமா ஆனா நம்மை மாதிரியே பேசும்.’

‘ரொம்ப நல்லதாப்போச்சு. என் பையன் பொறந்து ரெண்டு மாசம்தான் ஆகுது. ரெண்டு பேரும் ஒண்ணா சேர்ந்தே பேசக் கத்துக்கட்டும்.’

காட்டிலிருந்து திரும்பி வந்த பிறகு, என் மனைவியிடம் இந்தப் பறவையின் குணத்தைப் பற்றி விவரித்தபோது, மகிழ்ச்சியோடு ஒரு கூண்டைத் தயார் செய்தாள். குழந்தை, தொட்டிலில் கிடந்தது. மைனா கூண்டிலிருந்தது. குழந்தை கைகளையும் கால்களையும் அசைத்தவாறு தன் பொம்மைகளைப் பார்த்து குரல் எழுப்பியது. மைனாவும் மேலும் கீழும் தன் கூண்டில் நகர்ந்து கத்திக்கொண்டிருந்தது. குழந்தை சிறிது சிறிதாக நகரத் தொடங்கியது. கூண்டில் இருந்த மைனா தன் சிறகுகளை அடித்தபடி இருந்தது. மைனா சிறிது முணுமுணுக்கத் தொடங்கியது. மைனா ஒன்பது மாதங்களிலேயே பேசக் கற்றுக்கொண்டபோது, எங்களுடைய குழந்தை ஒரு வார்த்தைகூடப் பேசவில்லை. அது எங்களுக்கு மிகவும் வருத்தமளித்தது. குழந்தையால், ‘அ உ’ என்ற ஒலியைத் தவிர வேறு எதுவும் பேச முடியவில்லை.

நாங்கள் எங்களை ஆறுதல்படுத்திக்கொண்டோம். பல குழந்தைகள் மெதுவாகவே பேசத் தொடங்கும். நம்முடைய குழந்தையும் மெதுவாகப் பேசுவான் என்று நினைத்தோம்..

ஒரு வருடம் சென்ற பிறகும் எங்கள் குழந்தையின் நிலையில் மாற்றம் எதுவும் இல்லை. ஆனால் மைனா ஓய்வில்லாமல் பேசிக்கொண்டிருந்தது. அது எங்களை, ‘அப்பா, அம்மா’ என்றும், வீட்டில் வேலை செய்பவர்களை அவர்களின் பெயரைச் சொல்லியும், அழைத்தபடியிருந்தது. சிறிது காலம் கழித்து தொலைக்காட்சியில்

வரும் விளம்பரங்களை அது சொல்லத் தொடங்கியது. யாராவது வாயில் கதவில் மணியை அடித்தால், அது கத்தத் தொடங்கும்.

'மா... யாரோ வந்திருக்காங்க.'

குழந்தை அழும்போது அது கத்தும்... 'ம்மா... பாபு அழறான்.'

குழந்தை ஏதாவது வேண்டாததை எடுத்து வாயில் போட்டுக்கொண்டால், 'ம்மா... பாபு மண்ணைத் தின்னுறான்' எனக் கூச்சலிடும்.

எங்கள் குழந்தைக்கு எந்த ஒரு பிரச்சனையும் இல்லாதபோது, அவனால் ஏன் பேச முடியவில்லை என்று எங்களுக்கு வருத்தமாக இருந்தது. அவனுக்கு ஏற்கெனவே ஒன்றரை வயது ஆகிவிட்டது. ஏன் எதுவும் பேசாமல் அவ்வப்போது சிறிது கூச்சலிட மட்டும் செய்கிறான்.

நாங்கள் ஒரு மருத்துவரைச் சென்று பார்த்தோம். மருத்துவரும் குழந்தையை நன்கு பரிசோதித்துவிட்டு அவனுக்கு எந்தக் குறையும் இல்லை என்று சொன்னார்.

'சில குழந்தைங்க மெதுவாத்தான் பேச ஆரம்பிப்பாங்க. இவனுக்கும் அது மாதிரி ஏதாவது பிரச்சனை இருக்கலாம். தயவுசெஞ்சு பொறுமையா இருங்க. அவனோட பேசிக்கிட்டே இருங்க' என்று ஆலோசனை சொன்னார்.

குழந்தைக்கு இரண்டு வயது ஆன பிறகும்கூட, பேசுவதற்கான எந்த ஓர் அறிகுறியையும் அவன் காண்பிக்கவில்லை. அவனுடைய கூச்சல் மேலும் சுருதி ஏறியது, அவன் ஊமையாக இருப்பானோ என்று நாங்கள் பயந்தோம். இந்த முறை ஒரு தேர்ந்த மருத்துவரிடம் சென்றோம். அவர் எல்லா பரிசோதனைகளையும் முன்புபோலவே செய்துவிட்டு, எந்த ஒரு பிரச்சனையும் இல்லை என்றும், குழந்தையின் குரல் நாளங்களில் எந்தப் பிரச்சனையும் இல்லை என்றும் கூறினார். இருந்தாலும் அவன் நரம்புகளில் ஏதாவது பிரச்சனை இருக்கலாம் என்று நரம்பு நிபுணர் ஒருவரைச் சென்று பார்க்குமாறு சொன்னார்.

அவருக்குத் தெரிந்த நிபுணர் ஒருவரின் பெயரையும் அவர் எங்களுக்குத் தந்தார். மீண்டும் முதலிலிருந்து ஆரம்பிப்பதுபோல இருந்தது. மீண்டும் பரிசோதனைகள் செய்யப்பட்டன. மூளையையும் பரிசோதனைக்கு உட்படுத்தினர். அதன் முடிவுகள் அனைத்தையும் பார்த்துவிட்டு, புதிய மருத்துவர், சூபேச்சை ஊக்குவிக்கும் இடத்தின் பின்னே இருக்கும் முக்கியமான நரம்பு வேலை செய்யாமல் இருக்கிறது. அதை நாம் அறுவை சிகிச்சையால் சரிசெய்ய வேண்டும். ஆனால் இதில் மற்றொரு பிரச்சனையும் இருக்கிறது என்றார்.

'என்ன அது?'

'ஒருவேளை இந்த ஆபரேஷன் சக்சஸ் ஆகலேன்னா, அது ரொம்ப சிக்கலாயிடும். அதனால நீங்க சரின்னா குழந்தை வளந்த பிறகு அந்த ஆபரேஷன் பண்ணலாம்.'

'குழந்தை எப்ப வளருவான்?' என்று பொறுமை இல்லாமல் நான் குறுக்கிட்டேன்.

'அவனுக்கு அஞ்சு வயசாகட்டும். அதுவரைக்கும் நீங்க எல்லாத்தையும் முயற்சி செய்யணும் சில சமயம் ஏதாவது அற்புதம்கூட நடக்கலாம்.'

அந்த மருத்துவர் எங்களுக்கு ஆறுதல் கூறுகிறார் என்பதை நாங்கள் புரிந்துகொண்டோம். அற்புதங்கள் பற்றியெல்லாம் எனக்கு அத்தனை நம்பிக்கை இல்லை.

ஆனால் அதன் பிறகு என்னுடைய மனைவி தன் முழு நேரத்தையும், பல நற்செயல்கள் செய்வதற்கே செலவிடத் தொடங்கினாள். வீட்டில் நாங்கள் பகவத்கீதையையும், பாகவதத்தையும், சண்டி புராணத்தையும், மற்ற பாடல்களையும் தினமும் வாசிக்க தொடங்கினோம். இந்த பிரார்த்தனைகளும், ஹோமமும், மந்திரங்களும் எந்த ஒரு முடிவையும் தரவில்லை. இவை அனைத்தும் குழந்தையின் பேச்சு சம்பந்தபட்ட சிகிச்சைக்கு பலம் கொடுக்கும் ஒன்றாகவே இருந்தன. நாங்கள் மந்திரங்களை வேக

வேகமாகக் கூறும்போது எங்களுடைய குழந்தை அவனுக்குத் தெரிந்த முறையில் எங்களோடு உரக்க கத்தத் தொடங்குவான். இல்லையெனறால், நாங்கள் இந்தப் பிரார்த்தனைகளைச் செய்யும்போது அமைதியாக மயக்கம் கொண்டவனைப்போல அமர்ந்திருப்பான்.

மெல்ல மெல்ல என் மனைவியின் மேம்போக்கான நம்பிக்கை ஆழ்ந்த உறுதியாக மாறிவிட்டது. ஒருநாள் மற்ற குழந்தைகளைப்போல எங்கள் மகனும், எங்களை 'அம்மா, அப்பா' என்று அழைப்பான் என்று உறுதியாக நம்பத் தொடங்கினாள்.

ஆனால் எந்த அற்புதமும் நிகழவில்லை. எங்களுடைய பிரார்த்தனைகளெல்லாம் பலன் இல்லாமல் போயின. ஆனால் எதிர்பார்க்காத ஒன்று நிகழ்ந்தது. வருடக்கணக்காக நாங்கள் வாசித்த விஷ்ணு சகஸ்ரநாமம், கீதை, பாகவதத்திலிருந்து வாசித்த ஸ்லோகங்கள் அனைத்தும், மைனாவை ஒரு வேத விற்பன்னராக மாற்றிவிட்டன. அதற்கு எந்த ஒரு ஸ்லோகத்தையும் தங்கு தடையில்லாமல் உடனடியாகப் பாடும் திறன் வந்துவிட்டது.

இத்தகைய சடங்குகளில் நாங்கள் எதற்காகவாவது மந்திரம் சொல்வதை நிறுத்தினால், மைனா உடனடியாகத் தொடர்ந்து சொல்லும். அதன் மிகச்சரியான சமஸ்கிருத உச்சரிப்பு எங்களை மிகவும் ஆச்சரியத்தில் ஆழ்த்தியது. இந்த மைனாவைக் கண்டுபிடித்தபோது இது மிகவும் அதிசயமான பறவை என்று அந்த வன அதிகாரி கூறியது எனக்கு ஞாபகத்துக்கு வந்தது.

காலை எழுந்தவுடன் மைனா, 'எந்திரி முன்னா! விடிஞ்சாச்சு எந்திரி!' எனக் கூப்பிட்டபடி இருக்கும். குழந்தை மெதுவாக எழுந்து கூண்டின் அருகே போவான். மைனா குழந்தையைப் பார்த்தவுடன் 'ஓம்' என்று சொன்னபடி வரவேற்கும். முன்னாவும் மைனாவைப் பார்த்து அவனுக்கு வரும் வகையில் 'ஓஓ'வென்று குரலெழுப்புவான். அவன் கூண்டைத் திறந்துவிடுவான். மைனா முன்னாவின்

தோள்களில் உட்கார்ந்துகொண்டு மீண்டும் 'ஓம்' என அவனைச் சொல்ல வைக்க முயற்சி செய்யும். மீண்டும் மீண்டும் 'ஓம்' என உச்சரிக்கும். குழந்தை அதேபோல் சொல்ல முயற்சி செய்துவிட்டு, பின் மைனாவை லேசாகத் தட்டிக் கொடுப்பான்.

குழந்தைக்குப் பேசுவதில் சிரமம் இருந்தாலும், அவனுடைய மற்ற நடவடிக்கைகள் சாதாரண குழந்தைகளைப்போலவே இருந்தன. மைனா அருகில் இல்லாவிட்டால் அவன் மிகவும் எரிச்சலடைந்து சாப்பிடக்கூட மறுத்துவிடுவான். ஊறவைத்த பருப்புகள், தானியங்களையும், பட்டாணியையும், பழங்களையும் மைனா கொரிப்பதை அவன் ஆவலுடன் வேடிக்கை பார்ப்பான்.

எங்கள் வீட்டிற்கு வரும் உறவினர்கள் குழந்தையின் நிலையைப் பார்த்து பரிதாபப்படுவார்கள். மைனா பேசுவதைக் கேட்பதற்கு முன்பு எங்களுக்கு ஆறுதல்கூடக் கூறுவார்கள். அதன் பிறகு மைனா பேசும் அழகைப் பார்த்து, பாராட்டத் தொடங்கிவிடுவார்கள்.

ஒவ்வொரு முறையும் உறவினர்கள் வீட்டிற்கு வந்து செல்லும்போது, என்னுடைய மனைவி மன உளைச்சலுக்கு ஆளாகிவிடுவாள், எரிச்சலுடன் 'அவங்க எதுக்கு இங்கு வரணும்... நமக்கு ஆறுதல் சொல்றதுக்கா... இல்லை மைனா பேசறதை பார்க்கவா?' என்று அழுவாள்.

நாளடைவில் பேசும் மைனாவின் புகழ் எங்களின் சிறிய கிராமத்தில் பரவத் தொடங்கியது. மக்கள் என்னை ஒரு வன அதிகாரி என்ற அடையாளத்தைவிட, பேசும் மைனாவை வைத்திருப்பவர் என்றே அடையாளம் காட்டத் தொடங்கினர்.

நான் எங்கு சென்றாலும் மைனாவைப் பற்றிய கிசுகிசுப்பும் உரையாடல்களும் தொடர்ந்தன. அதை நான் எங்கிருந்து வாங்கியிருக்க வேண்டுமென்றும், அது என்ன விலையாக இருக்கக் கூடுமென்றும், அதே போன்ற ஒரு பறவை எங்கு கிடைக்குமென்றும் அவர்களுக்குள் பேசிக்கொள்வார்கள். சிலர் அவர்களுக்கு தெரிந்த

மைனா ஓரிரு வார்த்தைகளை மட்டும் பேசுமென்றும், சில மைனாக்கள், 'ஆம்' என்றும், 'ராமகிருஷ்ணா'வென்றும், 'சக்கரத்தார்' என்று சொல்லுமென்றும், ஆனால் என்னுடைய மைனாவோ, விஷ்ணுவின் ஆயிரம் நாமங்களை பகவத்கீதைலிருந்து சொல்வதையும் வியந்து பேசுவார்கள்.

'இதையெல்லாம் நீங்க அதுக்குச் சொல்லிக் குடுத்தீங்களா இல்லை தானாகவே கத்துக்கிச்சா?'

'தானாவே கத்துக்கிச்சு.'

'அப்படின்னா இது சுகமுனி ரிஷியின் சிஷ்யராகத்தான் இருக்கணும். இப்படிப்பட்ட ஒண்ணு கிடைக்க நீங்க அதிர்ஷ்டம் பண்ணியிருக்கணும்.'

நாங்கள் எங்கள் குழந்தை பேசாமல் இருப்பதில் மிகவும் கவலையுடன் இருந்தோம். ஆனால் எங்களுக்குத் தெரியாதவர்கள் கூட மைனாவின் இந்தப் பேச்சுத்திறமையைப் பற்றிப் புகழுரை வாசித்தார்கள். அது எங்களுக்கு மிகுந்த சங்கடத்தைத் தந்தது. பறவையின் இந்தப் புகழை நான் அலட்சியப்படுத்தினேன். என் மனைவிக்கோ பொறாமையில் வேகும் ஒரு பெண்மணியைப்போல, பறவையின் மேல் கூறப்படும் புகழ் வார்த்தைகள், எரிச்சலை ஏற்படுத்தின.

மைனா அவளை 'அம்மா... அம்மா' என்று ஆசையுடன் அழைக்கும்போது, அவள் எரிச்சலுடன் அதை அதட்டுவாள்.

'நிறுத்து! என்ன அம்மான்னு கூப்பிட உனக்கு என்ன தைரியம்! என் குழந்தைக்கே அப்படிக் கூப்பிட முடியலை! ஆனா நீ என்னை அம்மான்னு கூப்பிடற! நானா முட்டைபோட்டு உன்னைப் பொரிச்சேன்?'

என் மனைவியின் கோபத்திற்கான காரணங்களை நான் ஆராய்ந்தேன். 'கவலைப்பட வேண்டாம்' என்று ஆறுதல்படுத்துவேன். எங்களுடைய துரதிர்ஷ்டம் என்று ஒப்புக்கொள்ள வேண்டும் என்று ஆறுதல் சொல்வேன்.

ஆனால் அமைதியடைவதற்கு பதிலாக, என் மனைவி மிகவும் ஆவேசமடைந்துவிடுவாள்.

'இந்த மைனாவாலதான் என் குழந்தைக்குப் பேச்சு வரலை. இது ஒரு அபசகுனம் பிடிச்ச பறவை. இதுதான் என் குழந்தையோட குரல்வளையைத் திருடிக்கிச்சு. இல்லைன்னா ஒரு பறவையால எப்படி ஸ்லோகத்தையெல்லாம் கொஞ்சம்கூட தடங்கல் இல்லாமப் பேச முடியும்?'

இதைப் பற்றி நானும் மிகவும் தீவிரமாகச் சிந்தித்தேன் அவள் கூறுவது சரியாக இருக்கலாம். கடவுள் நாம் கேட்காமலேயே சிலவற்றைக் கொடுக்கும்போது, சிலவற்றைப் பறித்துக் கொண்டும்விடுகிறான். ஆனால் இந்த எண்ணத்தை நான் எனக்குள்ளேயே வைத்துக்கொண்டேன்.

குழந்தை வளர வளர அவனுடைய குரல் கீச்சிட்டுப்போனது. அவன் பேசாமல் இருந்தது எங்களுக்கெல்லாம் மிகவும் வருத்தம் அளித்தது என்றாலும், அவனுக்கு அதைப் பற்றி எந்தக் கவலையும் இல்லை. எங்களுக்கு ஒரே கவலை என்னவென்றால் சில நாட்களில் அவனுக்கு ஐந்து வயதாகிவிடும். அப்போது அவனுக்கு அந்த அறுவை சிகிச்சையைச் செய்ய வேண்டும், அதுதான் எங்களுக்குப் பெரிய கவலை. அந்த அறுவை சிகிச்சை பலனளிக்காமல் போய்விட்டால் என்ன செய்வது... மருத்துவர் எங்களுக்கு உறுதிளித்திருந்தார். 'அறுவை சிகிச்சையின் பலனுக்காக நாம் இதைத் துணிச்சலோடு செய்யலாம்.' 'சரி! அதனுடைய அபாயம் என்ன... அது அவன் உயிருக்கே ஆபத்தா?' 'அவன் உயிருக்கு ஆபத்து என்றால் நாங்கள் இந்தச் சிகிச்சையை செய்ய வேண்டுமா?' அவன் வாழ்நாள் முழுவதும் ஊமையாக இருந்தாலும் பரவாயில்லை, அவன் படிக்காமல் இருந்தாலும் பரவாயில்லை, அவனுக்குத் தேவையானவையெல்லாம் எங்களிடமிருந்தன.

நானும் என் மனைவியும் மிகுந்த மன உளைச்சலில் இருந்தோம். துணிச்சலாக இந்தச் சிகிச்சையை மேற்கொண்டால், பிற்பாடு நாங்கள் வருந்த நேரிடுமோ என்று மனதில் குமுறினோம்.

'இல்லை. எங்களால முடியாது. அவன் இப்படியே இருக்கட்டும். அவன் பேசலைன்னாலும் பரவாயில்லை.'

ஸ்லோகங்கள், சடங்குகள் இவை தவிர என் மனைவி, பல ரிஷிகளுக்கும் சாமியார்களுக்கும் தொண்டு புரிந்துவந்தாள். யாரோ ஒருவர் அவளிடம் ரிஷிகேஷில் வசிக்கும் ஒரு சாமியார், தொட்டாலே எல்லா நோய்களும் தீர்ந்துபோய்விடும் என்று கூறிவிட்டார். அவள் என்னிடம் அவரைச் சென்று பார்த்து வருவோம் என்று வற்புறுத்தத் தொடங்கினாள். குழந்தையை அழைத்துக்கொண்டு மிகவும் கஷ்டப்பட்டு, அவரைச் சென்று பார்த்தோம். அவர் தியானத்தில் இருந்தபோது அவருடைய குகையை அடைந்தோம். ஒரு நாள் முழுவதும், பின் ஓர் இரவு முழுவதும் அவருக்காகக் காத்துக்கொண்டிருந்தோம். அவருடைய சிஷ்யர், அந்தச் சாமியார் தியானத்திலிருந்து எழுந்த பிறகு கங்கை நதிக்குச் செல்வார் என்று சொன்னார். அங்கிருந்து திரும்பி வரும்போது, எங்களுடைய பிரச்சனையுடன் அவரைச் சந்திக்கலாம் என்று கூறினார். மாலை நேரம் அவரைத் தொடர்ந்து செல்லுமாறும், ஆனால். அவராகக் கேட்கும் வரை எதையும் நாமாகச் சொல்ல வேண்டாமென்றும் சொன்னார்.

மறுநாள் காலை, அந்தச் சாமியார் தன் தியானத்திலிருந்து எழுந்து நேராக நதியை நோக்கி நடந்தார். குளித்து முடித்த பிறகு அவர் தன் இடத்திற்குத் திரும்பினார். நாங்கள் அவரை அமைதியாகத் தொடர்ந்து வந்தோம். அப்போது எங்களை அவர் கவனித்தார். திடீரென ஒரு மரத்தின் கீழே நின்று, தன் கையில் இருந்த கமண்டலத்திலிருந்து சிறிது நீரை கையில் எடுத்துக்கொண்டு அதை மரத்தின் வேர்களில் தெளித்துவிட்டு, எங்களைப் பார்த்துப் பேசினார்.

'இந்த சத்தம் மிகுந்த உலகில், உங்கள் எண்ணங்களைச் சொல்ல நீங்கள் வார்த்தைகளை உபயோகிக்கிறீர்களா?' என்றார்

அதைக் கேட்டதும் நாங்கள் அதிர்ச்சியில் உறைந்து நின்றோம். அதன் பிறகு அவர் மீண்டும் நடக்கத் தொடங்கினார். நாங்கள் அவர் பின்னாலேயே சென்றோம்.

'என்னைப் பின்தொடர்வதில் எந்த பிரயோஜனமும் இல்லை. அதற்கு பதிலாக கடவுளைப் பின்தொடருங்கள். அவர்தான் உலகின் ஒலியை மீறியவர். அவரை மௌனத்தால் மூழ்கடியுங்கள். பிரம்மம் என்பது ஒலி. பிரம்மத்தை அறியாமல் நீங்கள் ஏன் ஒலிக்காக இத்தனை பாடுபடுகிறீர்கள்?'

அவர் குரலில் ஏதோ ஒரு மாயம் இருந்தது. அதனால் நாங்கள் அவரைப் பின்தொடராமல் அங்கேயே நின்றோம்.

இந்த அண்டவெளியில் லட்சக்கணக்கான உயிரினங்கள் பேச முடியாமல் இருக்கின்றன. இந்த உலகம் அதன் காரணமாக சுழலுவதை நிறுத்திவிடாது. அல்லது ஒலி இல்லாவிட்டால் அதனுடைய இனிமை குறைந்துவிடாது. மனிதர்களும் மிருகங்களும் வார்த்தைகள் இல்லாமலேயே ஒருவருக்கொருவர் தொடர்புகொள்ள முடியும். வனங்களில் காணும் அமைதி எத்தனை விஷயங்களை வெளிக்கொணர்கிறது... மரங்களும், செடிகளும், நதிகளும், மலைகளும் ஒரு பொதுவான மொழியில் பேசத் தொடங்கினால், இந்த பூமியில் அமைதி என்பது இருக்குமா... மனித இனத்தைத் தவிர்த்து, கடவுள் பேச்சு என்ற ஒன்றை, மற்ற எந்த இனத்திற்கும் தரவில்லை. அதனால்தான் மனித இனம் இயற்கைக்கு நடுவே அமைதியைத் தேடி ஓடுகிறது. அந்தச் சாமியார் கூறியதை நான் நினைத்துப் பார்த்தேன்.

'ஒலி மிகுந்த இந்த உலகில் உன் எண்ணங்களைச் சொல்ல வார்த்தைகளைத் தேடுகிறாயா?'

பேச்சு வராத என் குழந்தையால், நான் ஒரு மாயைக்குள் இருந்தேன் என்பதைப் புரிந்துகொண்டேன். அவன் முகத்தில் தெரியும் உணர்ச்சிகளை நான் புரிந்துகொண்டிருக்க வேண்டும். அவன் வார்த்தைகளுக்காக நான் காத்துக்கொண்டிருந்திருக்கக் கூடாது.

அந்த மடத்திலிருந்து திரும்பிய பிறகு என் மனைவியின் மனநிலையும் சிறிது அமைதியானதுபோல் தோன்றியது. அவளுடைய பிரச்சனைக்கும் ஏதோ ஒரு வழி அவளுக்குக்

கிடைத்துவிட்டது என எனக்குப் பட்டது. மைனாவின் மேல் அவளுக்கிருந்த வெறுப்பு இப்போது இல்லை. அதற்கு பதிலாக அவள் தன் வேலைகளைச் செய்யும்போது, அந்தப் பறவையையும் கவனித்துக்கொண்டாள். அவ்வப்போது மைனாவை பாகவதமோ, விஷ்ணு சஹஸ்ரநாமமோ சொல்லச் சொன்னாள். குழந்தையை அவளுக்கு அருகில் அமரவைத்துக்கொண்டு மைனாவை 'ஓம் ஜெகதீஷ்' பாட்டை பாடச் சொல்லுவாள்.

ஒருநாள் பறவையைக் குளிப்பாட்டும்போது, அது தன் சிறகில் இருக்கும் நீரை, தன் இறகுகளைச் சிலிர்த்து வெளியேற்றியது. என் மனைவி, மைனாவின் ஈரத்தைத் துடைக்க ஒரு துண்டை எடுத்து வருவதற்காக வீட்டினுள் சென்றாள். அதற்குள் குழந்தையிடமிருந்து 'உவா' என்ற கூச்சல் எழுந்தது. அங்கு வந்த கறுப்புப் பூனை ஒன்று, மைனாவின் மேல் பாய்வதற்குத் தயாராக இருந்தது. அந்த பூனை, குழந்தையின் கூச்சலுக்கு பயப்படவில்லை. குழந்தை கையில் ஒரு குச்சியுடன், பூனைக்கு முன்பு நின்று கத்திக்கொண்டிருந்தான். பூனை அசையாமல் நின்று மைனாவின் மேல் பாயத் தயாராகிக் கொண்டிருந்து. ஆனால் அதற்குள் குழந்தை, மைனாவை தன் மடியில் மறைத்து வைத்துக்கொண்டான்.

பிறகு 'அம்மா.. அம்மா... சீக்கிரம் வாங்க' என்று கூச்சலிட்டான்.

பாம்பு மனைவி

விடிவதற்கு இன்னும் சிறிது நேரமிருந்தது. தூரத்தில் எங்கோ ஒரு காக்கை கரைந்துகொண்டிருந்தது. லெண்டு மாஜி தன் படுக்கையில் புரண்டுகொண்டிருந்தான். படுக்கை என்ன படுக்கை... மெத்தையோ, தலையணையோ கிடையாது. போதை தலைக்கேறிய நிலையில் வீட்டில் எங்கு படுத்தாலும் அது அவனுக்குப் படுக்கைதான். காக்கை கரையும்போது அவனுடைய போதை குறைந்து, உடல் வலிக்க ஆரம்பிக்கும். கண்களைத் திறந்து படுக்கையிலேயே கை கால்களை நீட்டிக்கொள்வான். வெளியே உற்று நோக்குவான். வீட்டுக்கு வெளியில் இருக்கும் அடர்ந்த இருளை வெறித்துப் பார்ப்பான். படுக்கையிலிருந்து சட்டென்று எழுந்துகொண்டு 'சூலி... ஏ... சூலி...' என்று குரல் எழுப்பியபடி, 'எந்திரி, விடிஞ்சிடுச்சு... வெளிச்சம் வர்றதுக்குள்ள மரத்துகிட்ட போகலைன்னா, மத்தவங்க எந்திரிச்சு இலுப்பைப் பூவை எடுத்துடுவாங்க' என்பான்.

சூலி உறங்கிக்கொண்டுதான் இருப்பாள். ஆனால் லெண்டுவின் குரல் கேட்டவுடன் உடனடியாக எழுந்துவிடுவாள். தன் உடைகளை வாரிச் சுருட்டிக்கொண்டு எழுந்து அமர்ந்து, கொட்டாவிவிடுவாள். வீட்டிற்குப் பின்புறம் சென்று காலை அகற்றி வைத்துக்கொண்டு சிறுநீர் கழிப்பாள். பானையிலிருந்து நீரை எடுத்து முகம் கழுவிக்கொண்டு, கூரையில் சொருகியிருக்கும் இரண்டு குங்கிலிய மரக்குச்சிகளை எடுத்து, ஒன்றைக் கடித்து பற்களைத் தேய்த்துக்கொண்டே, மற்றொன்றை லெண்டுவிற்குத் தருவாள். பல் விளக்கும்போது, 'காக்கு... காக்கு... எந்திரி, நாம போய் இலுப்பைப் பூ பொறுக்கலாம்' என்பாள். தூங்கிக்கொண்டே காக்குவும் எழுந்து சென்று சிறுநீர் கழித்துவிட்டு, ஒரு குங்கிலிய மரக்குச்சியை எடுத்து, பல் விளக்கத் தொடங்குவான்.

பல் விளக்கும் படலம் விரைவில் முடிந்துவிடும். சூலி முந்தைய நாள் இரவில் சமைத்த சாப்பாட்டை எடுத்து, ஒரு தூக்குச்சட்டியில் போட்டுக்கொண்டு, ஒரு தொன்னையில் காய்ந்த மாங்காய்த் துண்டுகளையும், வெங்காயம், பச்சைமிளகாய், உப்பையும் போட்டு அதைத் தன் முந்தானையில் முடிந்துகொள்வாள். லெண்டு, இலுப்பைப் பூக்களைச் சேகரிக்க ஒரு கூடையையும், சிறிது புகையிலையையும், மூங்கில் கழியையும், ஒரு வலையையும் தயார் செய்வான். காக்கு, ஒரு கோடாரியைத் தன் தோளில் சுமந்துகொள்வான். சூலி, ஒரு துணியை நான்காக மடித்து, தன் குழந்தை தூங்குவதற்கு வாகாகத் தயாராகக் கட்டி, குழந்தையை அந்தத் துணியில் பொதித்து, தன் முதுகில் கட்டிக்கொள்வாள். பிறகுல் தன் தலையில் ஒரு சும்மாடை வைத்துக்கொண்டு அதன் மேல் சாப்பாட்டுப் பானையை வைத்துக்கொண்டு, லெண்டுவிடம் 'போலாம்' என்று சொன்னபடி வீட்டின் கதவைச் சாத்திப் பூட்டுவாள். தன்மேல் ஒரு துண்டைப் போட்டுக்கொண்டு, பீடியைப் பற்றவைத்துக்கொண்டு, குழந்தையின் கையைப் பிடித்தபடி லெண்டு நடக்க ஆரம்பிப்பான்.

இன்னும் இருள் பிரிந்திருக்காத காலைப்பொழுதில், மரங்களிலிருந்து பனி சொட்டிக்கொண்டிருக்கும். பனிமூட்டம் மேகத்தைப்போலப் படர்ந்து, எலும்பை உருக்கும் இந்த குளிரைப் பற்றிச் சிறிதுகூடக் கவலைப்படாமல், அவர்கள் மலையை நோக்கி நடந்து செல்வார்கள். நடக்கும்போது லெண்டு சூலியிடம் கேட்பான். 'தோடிபந்தாக்காரன், இந்த தடவை என்ன தர்றேன்னு சொன்னான்?'

'என்னத்தைத் தரப்போறான்... ஒரு பாத்திரம் இலுப்பைப் பூ கொடுத்தா, மூணு சின்ன பாத்திரத்துல உப்பு தர்றேன்னு சொன்னான். ஆனா நான் வேண்டாம்னு சொல்லிட்டேன்.'

'பலிபடாவுல இருக்குரகன் இதைவிட நல்லா தர்றான்னு பிர்ச்சா எங்கிட்ட சொன்னா. நான் என்ன சொல்றேன்னா, இப்பவே நாம இலுப்பைப் பூவை வித்துட வேணாம். கொஞ்ச நாள் கழிச்சு நல்ல விலைக்குக் குடுக்கலாம். இந்தத் தடவை நிறைய இலுப்பைப் பூ பூத்திருக்கு. வீட்டுல சிறுதானியம் இருக்கு. ஒரு பானை நிறைய அரிசியும் இருக்கு. ஆடு வித்த காசும் இருக்கு. அதனால நாம குறைந்தபட்சம் ரெண்டு மாசம் கழிச்சு விப்போம்.'

'ஆமா. சாராயக்கடைக்காரன்கூட பூ வேணும்னு சொல்றான். ஆனா அதுக்கு பதிலா அவன் சாராயம்தான் தருவான். நமக்கு ஒரு காசுகூட தர மாட்டான். சாராயம் குடிக்கும்போது அவன் விலை பேசுறது, போதை தெளிஞ்ச பிறகு சுத்தமா ஞாபகம் இருக்காது.'

'வேணாம். சாராயக்கடைகாரனுக்கும் தர வேணாம். கடன் குடுக்கறவனுக்கும் தர வேணாம். அவங்க ரெண்டு பேரும் நம்மளை ரொம்ப ஏமாத்தறாங்க. அன்னிக்கு ஒரு கூட்டத்துல ரெண்டு அக்காங்க நல்ல விலைக்கு வாங்கிக்கிறோம்னு சொல்லியிருக்காங்க. நாம அவங்ககிட்டயே தருவோம்.'

இப்படிப் பேசிக்கொண்டிருக்கும்போதே, அவர்கள் இலுப்பை மரத்தை அடைந்துவிடுவார்கள். இரவும் விடிந்துவிடும். வானத்தில் இருக்கும் நட்சத்திரங்கள் மினுமினுத்துக்கொண்டிருக்கும் பொழுதில்,

பூமியில் இலுப்பை மலர்கள், மலர்ந்து சொரியும். குழந்தையைத் தன் முதுகிலிருந்து இறக்கி, சூலி மரத்தின் கீழ் அதைப் படுக்கவைப்பாள். பனியில் நனைந்திருக்கும் காய்ந்த இலைகளை லெண்டு திரட்டி, தன் பீடியைக்கொண்டு பற்றவைப்பான், வெளிச்சம் வர வர, படுக்கைபோல் கீழே விழுந்து கிடக்கும் இலுப்பை மலர்கள் புலப்படத் தொடங்கும். அதனுடைய நறுமணம் மனதை மயக்கும்.

'சூலி... காக்கு... கடகடன்னு எல்லாத்தையும் பொறுக்குங்க. இன்னிக்கு நான் மரம் வேற வெட்டணும். திரும்பும்போது கடைத்தெருவுக்குப் போய் உப்பு, மண்ணெண்ணெய் அப்புறம் வெங்காயமெல்லாம் வாங்கணும்.'

இலுப்பை மலர்கள் பொறுக்குவதில் அனைவரும் முனைந்து ஈடுபடுவார்கள். மெதுவாக சூரியன் வெப்பத்தைக் கக்கத் தொடங்கி எலும்பை உருக்கும் குளிர், சிறிது சிறிதாக விலகத் தொடங்கும். மரத்தினடியில் தூங்கிக்கொண்டிருக்கும் குழந்தை எழுந்து அழத் தொடங்கும். சூலு, காக்குவிடம் சத்தமாய் சொல்வாள்... 'போய் குழந்தையைத் தூக்கிக்கோ.'

காக்கு, குழந்தையைத் தூக்கிக்கொள்வான்.

அப்படி ஒருநாள் தூக்கும்போது, ஏதோ ஒன்று பளபளவென்று சூரிய வெளிச்சத்தில் மின்னுவதைக் கண்டான். அதைப் பார்க்க, பளபளக்கும் ஒரு கதாயுதம்போலத் தோன்றியது. அவன் உரக்க, 'அப்பா! அப்பா! இங்க என்ன இருக்கு பாரேன்?' என்று கத்தினான்.

'இருடா, நான் இன்னும் கொஞ்சம் பூ பொறுக்கிட்டு வர்றேன்.'

'இல்ல! இப்பவே வாங்க, வந்து என்னன்னு பாருங்க.'

'என்னன்னுன் சொல்லேன்.'

'எனக்குத் தெரியலப்பா.'

லெண்டு வேகமாக இலுப்பை மலர்களை விட்டுவிட்டு, சூலியுடன் ஓடி வந்து பார்த்தான். மூவரும் அதை மிகுந்த வியப்போடு உற்று

நோக்கினார்கள். இரண்டு பக்கமும் நன்கு அதை ஆராய்ந்துவிட்டு லெண்டு, 'இது ஒரு மலைப்பாம்பு குட்டி. இன்னும் கண்ணுகூட திறக்கலை பாரு' என்றான்.

'மலைப்பாம்புன்னா என்னாப்பா?'

'அது ஒரு பாம்புடா. ரொம்பப் பெரிய பாம்பு. இது அதோட குழந்தை. இதோட அம்மா இங்கதான் எங்கியாவது இருக்கும். ராத்திரி இரை தேட குட்டியை விட்டுட்டுப் போயிருக்கும்.'

எல்லோரும் சுற்றுமுற்றும் தேடினார்கள். மரத்தின் கிளைகளிலும், கற்களுக்கு அடியிலும் மற்ற இடங்களிலும் அந்த பாம்புக்குட்டியின் தாயைத் தேடினார்கள். ஆனால் அது எங்கு இருக்கிறது என்று அவர்களால் கண்டுபிடிக்க முடியவில்லை.

'அப்பா, இதை நம்ம வீட்டுக்கு எடுத்துட்டுப்போய் வளப்போமா?'

'இது ஒரு மலைப்பாம்புடா. இதை நாம அடக்கி, பழக்க முடியாது. ஆனா இதோட அம்மா வந்துச்சுன்னா நம்மை முழுங்கிடும். வா, பெரிய பாம்பைத் தேடுவோம். அது உசுரோட இருந்தா, இதை இங்கேயே உட்டுட்டுப் போயிடுவோம்.'

தேடிய பிறகு, தாய்ப் பாம்பை கண்டுபிடிக்க முடியாமல்

'சரி வா. நம்ம வீட்டுக்கே இதை எடுத்துட்டுப்போலாம்' என்று லெண்டு சம்மதித்தான்.

பாம்புக்குட்டி வீட்டிற்கு வந்ததிலிருந்து, காக்குவுக்கு உறக்கமே போய்விட்டது. காட்டில் அலைந்து திரிந்து, காட்டு எலியும் தவளையும் பிடித்தான். கையில் உண்டி வில்லுடன் அலைந்து, பல பறவைகளை வீழ்த்தினான். இவை அனைத்தையும் கொண்டு வந்து ஒரு கூடையில் வைக்கப்பட்டிருந்த மலைப்பாம்புக்கு முன்பு குவித்தான்.

மலைப்பாம்பு மெதுவாக வளர்ந்துகொண்டிருந்தது. கூடைக்குள் உறங்குவதை விட்டுவிட்டு, வீட்டின் ஒரு மூலையில் உறங்கியது. காக்கு வீட்டில் இருந்தால், அது அவனை நோக்கி அவனருகில் செல்லும். அவன் மடியில் தலையை வைத்துக்கொண்டு தன் வாலைக் காக்குவின் முதுகின் அருகில் சுருட்டிக்கொள்ளும். இரவில் காக்குவின் படுக்கைக்குப் பக்கத்தில் சென்று படுத்துக்கொள்ளும். காக்குவும் தன் உடலை சுருட்டிக்கொண்டுதான் தூங்குவான்.

விறகு வெட்டுவதற்காக காக்கு காட்டுக்குச் சென்றால் இந்தப் பாம்பு, அவனைப் பின்தொடர்ந்து செல்லும். குளிப்பதற்கு ஓடைக்குச் சென்றால், இந்தப் பாம்பும் அவனுடனேயே போகும். அவன் வயலில் வேலை செய்யும்போது, அங்கிருக்கும் பொந்தில் போய் ஒளிந்துகொண்டு, வாயைப் பிளந்தபடி கிடக்கும். ஆக, இருவரும் ஒருவரைவிட்டு ஒருவர் பிரியாதபடி இருந்தார்கள். காக்கு, மலைப்பாம்புக்கு 'பாஸ்கி' என்று பெயரிட்டான். அதை அப்படியே கூப்பிட்டான். கூடிய விரைவில் அந்தப் பாம்புக்குத் தன்னுடைய பெயர் 'பாஸ்கி' என்பது புரிந்துவிட்டது. அது எங்கிருந்தாலும் காக்கு 'பாஸ்கி' என்று அழைத்த அடுத்த கணம், அவன் அருகில் வந்துவிடும். வந்த பிறகு 'இஸ்... இஸ்...' என்ற ஒலியை எழுப்பி, தான் வந்ததைத் தெரிவிக்கும். ஒரு செல்லமான இளவரசியைப் போன்று பாஸ்கி அந்த வீட்டில் வளர்ந்துகொண்டுவந்தது. உயரத்திலும் அகலத்திலும் வளர்ந்தபடியிருந்தது. அதன் உடலின் மேல் இருந்த வரிகள் அதை மிகவும் அழகாக ஆக்கின. பாஸ்கி வளர்ந்து பத்து வயதை அடைந்த பிறகு அதன் இணையைத் தேடிக்கொண்டிருந்தது. ஆனால், அது எங்கு கிடைக்கும் என்றுதான் தெரியவில்லை.

ஒருநாள் விறகு வெட்டிய பிறகு, மரத்தின்கீழ் ஓய்வெடுத்துக்கொண்டிருந்த காக்குவை நோக்கி பாஸ்கி வந்து, பிடித்து இழுத்தது. அது எப்போதும் இவ்வாறு செய்யும் என்பதால் காக்கு அதைப் பொருட்படுத்தவில்லை. ஆனால் பாஸ்கி, இளமையின் உந்துதலால் மெதுவாக காக்குவைச் சுற்றிவளைத்தது. பிறகு அதன்

இயல்புப்படி உடலுறவுகொள்ள ஆரம்பித்தது. காக்கு அதன்பிடியிலிருந்து விடுவித்துக்கொள்ள முயற்சி செய்தான். ஆனால் அவனால் முடியவில்லை. பாஸ்கி அவனை திடமான, அன்பான ஓர் அரவணைப்புடன் சுற்றிக்கொண்டிருந்தது. இது சில நிமிடம் பாஸ்கி திருப்தி அடையும் வரை, அதன் செயலால் களைப்புறும் வரையில் தொடர்ந்தது. அதன் பிறகு காக்கியிடமிருந்து விடுபட்டு, பாலியல் உறவுக்குப் பிறகு மிகவும் திருப்தி அடைந்த ஒரு மனிதப்பிறவியைப்போல தரையில் சென்று படுத்து உறங்கியது.

இந்த நிகழ்விற்குப் பிறகு பாஸ்கி அசையாமல் கிடந்தது. தன்னையே சுற்றிக்கொண்டு, வீட்டின் மூலையில் படுத்து உறங்கியது. சில நாட்கள் தட்டையான பகுதியை நோக்கிச் செல்லும். அல்லது புல் வளர்ந்திருந்த இடத்தை நோக்கிச் சென்று அங்கேயே சுருண்டு படுத்துக்கொண்டிருக்கும். எத்தனை முறை கூப்பிட்டாலும் சிறிதுகூட அசைந்து கொடுக்காது. ஒருநாள் சுருண்டு படுத்துக்கொண்டிருந்த அதனடியில் இரண்டு முட்டைகள் கிடந்தன. லெண்டு, சூலியைக் கூப்பிட்டு அவளிடம் பாஸ்கியின் முட்டைகளைக் காண்பித்தான்.

சூலி, 'ஓ இது ஒரு பெண் மலைப்பாம்பா... ஆனா இந்த முட்டை எங்கேருந்து வந்துச்சு... யார்கிட்டேருந்து வந்துச்சு... நம்மைப் பொறுத்தவரை எந்த ஒரு ஆம்பளை மலைப்பாம்பும் இங்க வந்து இதோட சேர்ந்த மாதிரி தெரியலியே' என்று வியந்தாள்.

'இருக்கலாம். ஆனா இது வெளியே போயிருக்கும்போது ஏதாவது நடந்திருக்கும்.'

'இது எங்கல்லாம் போகுதோ, அப்போ காக்குவும் கூடவே இருக்கான். வேற ஏதாவது மலைப்பாம்பு இது பக்கத்துல வந்திருந்துச்சுன்னா, காக்குவுக்குத் தெரிஞ்சுருக்குமே.'

'கோழில்லாம் கரு இல்லாம முட்டை போடறதில்லயா... பாஸ்கியோட முட்டையிலயும் கரு இல்லாம இருக்கலாம். இது பொரிக்காதுன்னு நினைக்கிறேன்.'

‘பரவாயில்லை, முட்டையை பாஸ்கி அடைகாத்துச்சுன்னா அடைகாக்கட்டும். பொரிஞ்சா நமக்குத் தெரிஞ்சுடும்.’

ஆனால் இரண்டு நாட்களுக்குப் பிறகு, பாஸ்கி சுருண்டு படுத்திருந்த இடத்தில் முட்டைகள் உடைந்துகிடந்தன. பாஸ்கி அந்த இடத்தைவிட்டு விலகி, முன்பு இருந்ததைப்போலவே நகர்ந்து கொண்டும், உணவு அருந்திக்கொண்டும் இருந்தது.

சூலி, லெண்டுவிடம் ‘கரு இல்லாத முட்டைன்னு நீங்க சொன்னது சரிதான்’ என்றாள்.

காக்குவுக்கு 16 வயதாகிவிட்டது. லெண்டுவும் சூலியும் அவனுக்கான ஒரு மணப்பெண்ணைத் தேடிக்கொண்டிருந்தனர். மண்ட் கா படார் சேராமாஜியின் 14 வயதான கோகிலாவை காக்குவுக்கு மணம் முடிக்க விருப்பப்பட்டுக் கேட்டான். கோகிலா, ஒல்லியான உடல்வாகும், மான் போன்ற கண்களும், நீண்ட முடியும்கொண்டவள். மிகவும் ஆரோக்கியமானவள். இதையெல்லாம் பார்த்துத்தான் காக்கு அவளைத் தேர்ந்தெடுத்தான். காக்கு அவளுக்கு இரண்டு ஆடுகளும், இரண்டு கூடை நிறைய அரிசியும், இரண்டு பானை நிறைய இலுப்பைப்பக்களும் தட்சணையாகக் கொடுத்து மிகுந்த சிறப்புடன் மணமுடித்துக்கொண்டான்.

கோகிலா முதன்முதலில் வீட்டிற்கு வந்தபோது, காக்குவும் அவளிடம் பாஸ்கியைக் காண்பித்தான். கோகிலா அதைப் பார்த்து அதிர்ச்சியில் வாயைப் பிளந்தாள்.

‘இத்தனை பெரிய மலைப்பாம்பை வீட்டுல வளர்க்கலாமா... இது என்னை ஒரே நிமிஷத்துல முழுங்கிடும்.’

‘இல்லை! இல்லை! அது நம்ம வீட்டுல ஒருத்தரைப்போல. அவ எங்க இருந்தாலும் நான் கூப்பிட்டா ஓடி வந்துடுவா. நீ இப்பதானே இங்க வந்திருக்க... அதனால உனக்கு பயமாக இருக்கு. இவளோட பழகினத்துக்கு அப்புறம் உனக்குக் கொஞ்சம்கூட பயம் இருக்காது. என்னை எப்படி அது தன் நண்பனா ஏத்துக்கிட்டதோ, அதே மாதிரி உன்னையும் ஏத்துக்கும்.’

'இதோட வயசு என்ன... உங்ககூட எத்தனை நாளா இங்க இருக்கு?'

'நாங்க இதை வீட்டுக்குக் கூட்டிட்டு வரும்போது, இதோட கண்ணுகூட திறக்கலை. இப்போ இதுக்கு பத்து வயசு.'

'பத்து வருஷமா இங்க இருக்கா... இதோட கண்ணைப் பார்த்தா எனக்கு ரொம்ப பயமாக இருக்கு. கண்ணாடி மாதிரி இருக்குற கண்ணு என்னை அப்பிடியே விழுங்கிடுவேன்னு சொல்ற மாதிரி இருக்கு.'

'நீ இந்த வீட்டுக்குப் புதுசா வந்துருக்கறதால பயப்படுற. இன்னும் கொஞ்ச நாள்ல உனக்கும் பாஸ்கியைப் பிடிச்சுடும்.'

'இல்லை, எனக்கு எப்பவும் அதைப் பிடிக்காது. என்னைவிட்டு தூரவே இருக்கச் சொல்லு. அதோட கண்ணையும் வாயையும் பாக்கறப்பல்லாம் எனக்கு பயமா இருக்கு.'

இந்த உரையாடலைக் கேட்ட சூலி, தன் மருமகள் சொல்வது சரி என்றே நினைத்து மகனிடம் இப்படிச் சொல்லவும் செய்தாள். 'இவளுக்குப் பதினாலு வயசுதான் ஆகுது. சின்னப் பொண்ணு, அம்மா மடியில இருக்கவேண்டிய வயசுல அவ கல்யாணம் பண்ணிக்கிட்டு இங்க வந்துட்டா. அவளுக்கு பாஸ்கியைப் பத்தி எப்படித் தெரியும்... அவளுக்கு பயமாக இருக்குன்னு சொன்னா, நீ பாஸ்க்கியை அவ பக்கத்துல போகக் கூடாதுன்னு மிரட்டி வை.'

'சரிம்மா. நான் பாஸ்கியை அவ பக்கத்துக்கே போகக் கூடாதுன்னு சொல்றேன்' என்றவன், பாஸ்கியிடம், 'இப்ப இருந்து உன் எடம் வீட்டுக்கு வெளியதான். நீ கோகிலா பக்கத்துலயே வரக் கூடாது' என்று எச்சரித்தான்.

பாஸ்கி அவன் கட்டளையை ஏற்றுக்கொண்டது. ஆனால் காக்குவின் அருகில் படுக்கும் பழக்கத்தை அதனால் எப்படி விட முடியும்?

அன்று முதலிரவு. காக்கு பாஸ்கியை வீட்டைவிட்டு வெளியே தள்ளி, கோகிலாவை வீட்டுக்குள் அழைத்து கதவைச் சாத்திக்கொண்டான்.

வெளியே இருந்தபடி பாஸ்கியால் பெருமூச்சுவிடத்தான் முடிந்தது. காக்குவுக்கு பாஸ்கி என்ன தேடுகிறாள் என்பது புரிந்தது. புதிய மனைவியுடன் அன்று முதலிரவு. மேலும் பாஸ்கியைப் பார்த்து கோகிலா மிகவும் பயந்துவிட்டாள். அப்படி இருக்கும்போது பாஸ்கியை வீட்டுக்குள் உறங்குமாறு அவனால் எப்படிக் கூற முடியும்... அதனுடைய பெருமூச்சைக் கேட்டபோதும் காக்கு அமைதியாகவே இருந்தான்.

வளையல்களின் ஒலியும், கொலுசொலியும் அடங்கிய இரவு நீண்டுகொண்டே போனது. பாஸ்கியால் தன்னைக் கட்டுப்படுத்திக் கொள்ளவே முடியவில்லை. அது மேற்கூரையின் மூலமாக வீட்டுக்குள் நுழைந்தது. கோகிலாவுக்கும் காக்குவுக்கும் இடையில் போய் படுத்துக்கொண்டது. இரவில் கோகிலா காக்கு என்று நினைத்துக்கொண்டு பாஸ்கியை இறுக்க கட்டியபடி உறங்கினாள். சில நிமிடங்களில் அவள் கைகளில் ஏதோ விநோதமான உணர்வு தோன்றியது. அவள் கண்களைத் திறந்து பார்த்தாள். இருட்டில் எதுவும் தெரியவில்லை. மீண்டும் கையை நீட்டி காக்குவைத் தொடுவதற்கு முயன்று தூக்க கலக்கத்தில் தொட்டு பார்த்தாள். அவளுக்கு அது என்னவென்று புரியவில்லை. எழுந்து அருகில் இருக்கும் விளக்கின் ஒளியை அதிகப்படுத்தினாள்.

ஒளி அதிகமானதும், பாஸ்கி தன் தலையை நிமிர்த்தி தன் உடலை அன்போடு காக்கியின் உடலோடு சுற்றிக்கொண்டது. அதன் கண்கள் விளக்கொளியில் பளபளத்தன. கோகிலா தன் தலையில் இடி விழுந்ததுபோல ஓலமிட்டாள்.

காக்கு திடுக்கிட்டு எழுந்தான். என்ன நடந்தது என்று அவனுக்குப் புரியவில்லை. அருகில் கோகிலா பயத்தில் உறைந்தபடி நின்றுகொண்டிருந்தாள். அவளின் பயத்துக்கு என்ன காரணம் என்பதை அவன் உணர்ந்துகொண்டான். தன் தோளில் இருந்த பாஸ்கியின் தலையை அகற்றினான்.

'பாஸ்கி இங்க வரக் கூடாதுன்னு நான் சொன்னேன்ல... நீ ஏன் இங்க வந்த?'

காக்குவின் குரலைக் கேட்டவுடன் பாஸ்கி சுருண்டு, அந்தப் படுக்கையிலேயே படுத்து உறங்கிவிட்டது. அது 'நீ இல்லாமல் என்னால் தூங்க முடியாது' என்று சொல்வதுபோல இருந்தது. எத்தனை முறை வெளியேறுமாறு காக்கு உத்தரவிட்டாலும், பாஸ்கி தலையை ஆட்டி அந்த இடத்திலிருந்து நகரவே இல்லை.

'என்னால இங்க தங்க முடியாது. நாளைக்கு விடிஞ்சதும் என் அப்பாவுக்குச் செய்தி அனுப்பிட்டு, நான் என்னோட கிராமத்துக்குப் போயிடுறேன். நீங்க இங்க பாஸ்கியோட குடித்தனம் பண்ணுங்க' கோகிலா, கத்தி அழுதபடியே பேசினாள்.

விடிந்தவுடன் காக்கு தன் தந்தையிடம், முதல் நாள் நடந்த நிகழ்ச்சியை விவரித்தான். தன்னுடைய உத்தரவை மீறி பாஸ்கி தாங்கள் தூங்கியவுடன், தங்கள் அறைக்குள் வந்துவிட்டதைச் சொன்னான். அவர்கள் இருவருக்கும் இடையில் எவ்வாறு அது நுழைந்து தூங்கியது என்பதையும், அதன் காரணமாக கோகிலா மிகவும் பயந்திருக்கிறாள் என்றும், அவள் தன் கிராமத்திற்குச் செல்ல வேண்டும் என்று சொல்கிறாள் என்றும் சொன்னான்

லெண்டு இதையெல்லாம் கேட்டுவிட்டு, 'கோகிலா நம்ம மருமக. அநாதைன்னு நெனச்சுதான், பாஸ்கியை இங்க நாம அழைச்சிட்டு வந்தோம். அதுக்காக என் மருமக ஏன் இந்த வீட்டைவிட்டுப் போகணும்... இன்னிக்கு நான் அதை எடுத்துட்டுப் போய் தூரத்துல இருக்குற காட்டுல விட்டுடறேன். அந்த காட்டிலேயே அது இருக்கட்டும்' என்றான்.

ஒரு கூடை தயார்செய்யப்பட்டது. லெண்டுவும் காக்குவும் பாஸ்கியை அதில் போட்டு எடுத்துக்கொண்டு, காட்டை நோக்கிச் சென்றனர். ஐந்து மைல் நடந்த பிறகு, அப்பாவும் பையனும் ஓர் அடர்ந்த காட்டின் பக்கத்தில் இருந்த ஓடையின் பக்கம் நின்றனர்.

அவர்கள் தங்கள் தோளிலிருந்து அந்தக் கூடையை கீழே வைத்தனர். கடைசி முறையாக காக்கு, பாஸ்கியைப் பார்த்தான். அதன் தலையைத் தடவியவாறு, 'இந்தக் காட்டுக்குள்ள போ. இதுதான் உன் இடம்' என்றான்.

பாஸ்கி நகரவே இல்லை. கூடையிலிருந்து எடுத்து வெளியே வைத்த பிறகும் நகராமல், காக்குவின் முகத்தை பார்த்துக்கொண்டே இருந்தது. அதை அங்கேயே விட்டுவிட்டு, அப்பாவும் பையனும் திரும்ப வீட்டுக்கு வந்தனர். அவர்கள் வீட்டை அடைந்தபோது மாலை மயங்கிவிட்டது. அவர்களுடைய புதிய உறவினர்கள் அவர்களைச் சந்திக்க வந்திருந்தனர். இரண்டு கோழிகளை வெட்டி விருந்து சமைக்கப்பட்டது. இரண்டு பானை நிறைய இலுப்பைப் பூக்களை எடுத்துக்கொண்டு வந்தனர். கொண்டாட்டம் நீண்ட நேரம் நடைபெற்றது.

போதையில் இருந்த காக்கு, கோகிலாவை நோக்கிச் சென்றான்.

'நான் பாஸ்கியை ரொம்ப தூரத்துல இருக்குற காட்டுல விட்டுட்டேன். நீ இனிமே பயப்படவே வேண்டாம், என் பக்கத்துல வா. நாங்க அதை எடுத்துட்டு வந்தப்போ, அதோட கண்ணுகூட திறக்கலை. அதனாலதான் அது என்கிட்ட பிரியமா இருந்துச்சு. சின்ன வயசுலருந்தே என் பக்கத்துலயே படுத்து அதுக்குப் பழகிடுச்சு. இப்போ எனக்குக் கல்யாணம் ஆயிடுச்சுன்னு அதுக்கு எப்படித் தெரியும்... எனக்குப் பொண்டாட்டி இருக்கான்னு எப்படி அதுக்குத் தெரியும்... வீட்டுக்குள்ள வரக் கூடாதுன்னு சொன்னாலும் அது கேக்கலை. இப்போ அந்தக் காட்டுல ரொம்பக் கஷ்டப்பட்டுக் கிட்டுதான் இருக்கும். உனக்குப் பிடிக்கலைன்னா, உனக்கு பயமா இருக்குன்னா அது இங்க இருக்க வேணாம். அது இங்கேருந்து போயாச்சு. அதனால நீ கஷ்டப்படாதே. பயப்படாதே. என் பக்கத்துல வா' என்றான்.

அந்த இரவு கொண்டாட்டமான, போதையான இரவாக இருந்தது. வளையல்கள் உடைந்தன, கொலுசுகள் கழன்றன. கொலுசின் ஓசை

அடங்கிவிட்டது. காலையில் எழுந்தபோது விடிந்திருந்தது. புது மனைவி எழுந்து வெளியே செல்வதற்கு முன்பு, காக்குவுக்கு அவளை முத்தமிட வேண்டும்போலத் தோன்றியது. அவன் தன் கைகளை நீட்டினான். ஆனால், அவனுக்கு ஏற்கெனவே அறிமுகமான ஓர் உணர்வைத்தான் அவன் கைகள் உணர்ந்தன. கண்களைத் திறந்தவுடன் அங்கு பாஸ்கி உறங்கிக்கொண்டிருப்பதைக் கண்டான். காக்கு 'கோகிலா' என்று உரக்க கத்தினான். கோகிலாவின் குரல் கேட்கவில்லை. கதவைத் திறந்து காக்கு கத்தினான்.

'அப்பா... அப்பா... சீக்கிரம் வாங்க!. வாங்க. பாஸ்கியைப் பாருங்க.'

லெண்டு வேகமாக ஓடி வந்து, காக்குவின் படுக்கையில் பாஸ்கி உறங்கிக்கொண்டிருப்பதைப் பார்த்தான்.

'கோகிலா எங்க?'

காக்கு, பாஸ்கியைச் சுட்டிக்காட்டினான். பாஸ்கி நேராகப் படுத்துக்கொண்டிருந்தது. அதன் வாயிலிருந்து கோகிலாவின் புடவை நுனி வெளியே தெரிந்தது.

போலியான புகைப்படம்

அது ஒரு சின்னப் பொய். இல்லை, விஷமமாக ஒருவரை ஏமாற்றியது, என் வாழ்நாள் முழுவதும் அது என்னை ஆட்டிவைக்கும் என்பதை நான் கற்பனைகூடச் செய்திருக்கவில்லை. ஓர் எளிமையான, அப்பாவியான ஒருவனை ஏமாற்றும்போது, அங்கு குறும்புத்தனமும் கஞ்சத்தனமும் இருந்தன. அவன் வேண்டுகோளை நிராகரித்தால், அவனுக்கு ஏமாற்றம் இருந்திருக்காது. ஆனால், அவன் அப்பாவி என்று தெரிந்துகொண்டு, அவனுடைய உணர்வுகளை ஏமாற்றத் துணிந்தோம். அவனுடைய அப்பாவித்தனத்துடன் விளையாடி, அவனை எங்களுக்கு விசுவாசமாக இருக்கச் செய்தோம். அதுதான் எங்கள் விருப்பமாகவும் இருந்தது. புராணகாலத்தில், சம்பா என்ற பெண்மணி தன் வயிற்றில் ஓர் இரும்பு உருண்டையைக் கட்டிக்கொண்டு, தான் கருவுற்றிருப்பதாக ரிஷியிடம் பொய் சொல்லி, தன் வயிற்றில் வளர்வது என்ன குழந்தை என்று கேட்டதுபோல் இருந்தது நாங்கள் செய்ததும். அந்த ரிஷி, 'அவள் வயிற்றில்

இருப்பதுதான் அவள் வம்சமே அழிவதற்குக் காரணமாக இருக்கப்போகிறது' என்று சாபமிட்டார். அந்தச் சாபத்தைத் தவிர்ப்பதற்காக, பீமன் அந்த இரும்புப் பந்தை பொடிப் பொடியாக உடைத்து, அதை ஆற்றில் கலந்துவிட்டான். ஆனால் அந்த இரும்பிலிருந்து ஒரு சிறிய கத்தி போன்ற கூர்மையான ஒரு துண்டு மட்டும் உடையாமல் தப்பித்துவிட்டது. ஒரு மீன் அதை விழுங்கியது. ஜரா சபர் என்ற வேடன் அந்த மீனைப் பிடித்தபோது, அதன் வயிற்றிலிருந்த இரும்புத்துண்டைத் தன்னுடைய அம்பில் பொருத்திக்கொண்டான். அந்த அம்பினால்தான் ஸ்ரீ கிருஷ்ணனின் கால்களை, ஏதோ ஒரு பறவை என்று எண்ணி, அம்புவிட்டு அவரைக் கொன்றான். ஜாடூ என்ற குலத்திற்கே அழிவைக் கொண்டுவந்தது சம்பாவின் சிறிய பொய் என்றால், என்னுடைய குறும்புத்தனமான பொய் என்னை எப்போதும் ஆட்டிப்படைத்து, குற்ற உணர்வை ஏற்படுத்தி, என் இதயத்தை வருத்துகிறது. அந்த உண்மையை வெளியே சொல்லக்கூடிய நிலையில் நான் இல்லை. அதேபோல் அந்தப் பொய்யின் பிடியிலிருந்து தப்பிக்கும் நிலையிலும் நான் இல்லை. அது ஒரு விளையாட்டுக்காகச் செய்தது என்று கூறவும் என்னால் முடியாது அந்த நிகழ்வின் பாரத்திலிருந்து என்னால் தப்பிக்கவே முடியாது.

வெளியே சொல்லாத பல உண்மைகள் மரணப்படுக்கையில் பலரை சித்ரவதை செய்யும் என்று கேள்விப்பட்டிருக்கிறேன்.

கிராமத்தில் வசித்த பஞ்சு சமாஜ் என்றவர், வாழ்நாள் முழுவதும் கடவுளுடைய பெயரைக் கூறியபடியே நாட்களைக் கழித்தவர். இருந்தாலும், நீண்டநாள் நோய்வாய்ப்பட்டிருந்தும், அவரால் மானிட உடலைப் பிரிந்து செல்ல முடியவில்லை. அவருடைய குடும்பத்தினர் அவர் இறப்பதற்கு முன்பே, இறந்த பிறகு செய்யக்கூடிய சடங்குகளான, பசுமாட்டு தானம், நில தானம், தானிய தானம், உடை தானம் போன்றவற்றைச் செய்தனர். இவற்றுக்கும் மேல் மழைக்காலமாக இருந்ததால், கிராமத்து வண்ணானின் உதவியுடன் அவர்கள் அவர் உடலை எரிப்பதற்காகப் புங்கை மரத்திலிருந்தும்,

கருங்காலி மரத்திலிருந்தும் விறகு வெட்டி, காயக்கூட வைத்திருந்தனர். இவை எல்லாவற்றையும் மீறி, குடும்பத்தினர் கவலைப்பட்டும் நொந்தும் அவர் உயிருடனே இருந்தார். கிராமத்து ஜோசியரிடம் சென்று ஆலோசனை கேட்டனர். அவரின் ஜாதகத்தைப் பார்த்த ஜோசியர், பஞ்சு அவருக்கு உரிய வாழ்நாளைவிட அதிக நாட்கள் வாழ்ந்துகொண்டிருப்பதாகத் தெரிவித்தார். 'ஏதோ ஒரு ரகசியமான தவற்றை அவர் செய்திருக்கலாம். அது யாருக்கும் தெரியாமல் இருக்கிறது. அதனால்தான் அவருடைய ஆன்மா தவித்துக்கொண்டிருக்கிறது' என்றார்.

இது அனைவருக்கும் வியப்பாக இருந்தது. சிலர் அந்த ஜோதிடரின் கணிப்பைக்கூடச் சந்தேகப்பட்டனர். வாழ்நாள் முழுவதும் கடவுளின் பெயரை உச்சரித்தவாறு ஒரு திறந்த புத்தகமாக வாழ்க்கையை வாழ்ந்த ஒருவருக்கு 'ரகசியத் தவறு' என்பது எங்கிருந்து வரும்?

ஆனால் பஞ்சுவின் ஒரே ஒரு மகன் மட்டும் மற்றவர்களின் கருத்திலிருந்து மாறுபட்டான். 'நாம் அனைவரும் அவருடைய சிறந்த நாட்களையே பார்த்திருக்கிறோம். அதனால் ஜோசியர் கூறுவதை நம்ப மறுக்கிறோம். ஒவ்வொரு மனிதனின் வாழ்க்கையிலும் ஏதாவது ரகசியமான நிகழ்ச்சி இருக்கக்கூடும். அதைப் பற்றி நாம் அவரிடமே கேட்பதில் என்ன தவறு' என்றான்.

இதைப் பற்றி அனைவருடனும் கலந்தாலோசித்துவிட்டு, மூத்த மகன், தன் அப்பாவின் கட்டிலுக்கு அருகே நின்று கேட்டார். 'அப்பா, உங்களுக்கு எங்ககிட்ட சொல்றதுக்கு ஏதாவது இருக்கா?'

மிகவும் கஷ்டத்துடன் பஞ்சு, தன் கண்களைத் திறந்து தன் மகனைப் பார்த்தார். தன் முன்பிருக்கும் வெறுமையைக் கண்சிமிட்டாமல் வெறித்துப் பார்த்தார். இவ்வாறு வெறிப்பதில் தனக்குள் தைரியத்தை வரவழைத்துக்கொண்டாரோ என்னவோ... இறுதியாக அவர் பேசியபோது, அவருடைய குரல் கிணற்றிலிருந்து ஒலிப்பதுபோல் இருந்தது.

‘என் வாழ்க்கை முழுசும் சாமி பெயரைச் சொல்லிக்கிட்டுதான் இருந்தேன். ஆனாலும் ஒரு சின்னப் பாவத்தை அதனால கழுவ முடியாமப்போயிடுச்சு. அதை நான் சொல்லலைன்னா இந்த உடம்பை விட்டு என்னால போக முடியாது.’

‘பாவமா? எந்த மாதிரி பாவத்தை நீங்க செஞ்சுருக்கப்போறீங்க... நீங்களா நினைச்சு ஏங்குகிறீங்க.. அது உங்க மன பிரமையா இருக்கலாம்.’

‘பிரமையெல்லாம் இல்லை. உண்மைதான். நான் ஒரு மகா பாவி. நான் ஒரு பசு மாட்டோட உடலுறவு வெச்சுகிட்டேன்.’

அங்கிருந்தவர்கள் அனைவரும் அதிர்ச்சியில் ஒருவரையொருவர் பார்த்துக்கொண்டனர். யாராலும் எதுவும் பேச இயலவில்லை. ஒருவருக்கும் மற்றவருடன் பேசுவதற்கு எதுவுமே இல்லை. அதனால் அந்த இடத்தைவிட்டு மௌனமாக நகர்ந்தனர். அனைவர் முகத்திலும் தங்கள் மேல் ஏதோ ஒரு பெரிய பழி, பாவம் விழுந்துவிட்டதுபோல் போன்றதொரு சாயல் தென்பட்டது.

இது நிகழ்ந்து ஒரு மணி நேரம்கூட கடந்திருக்காது. இளைய மருமகளின் ஓலம் அந்த வயதானவர் இறந்துவிட்டதை உலகுக்குத் தெரிவித்தது.

இத்தகைய கதைகளைக் கேட்டிருக்கிறேன். என் மனதிலும் ஒரு பயம் வந்தது. ஒரே ஒரு நாள், நான் ஒருவனை ஏமாற்றியது, என் முன்பு மிகப்பெரிய பாவம்போல விஸ்வரூபம் எடுத்து நின்றது, ஆனால், அடுத்த நிமிடமே நான் எனக்குள் தர்க்கமிட்டேன். அது ஏன் ஒரு பாவமாக இருக்க வேண்டும்... நான் செய்ததை நினைத்து நான் வருத்தப்படவில்லை என்றோ அல்லது நான் ஒரு பாவம் செய்ததை புரிந்துகொள்ளவில்லை என்றோ அதற்கு அர்த்தம் இல்லை. அந்தப் பாவத்தை இப்போது என்னால் சரிசெய்யவே முடியாது. அந்த ஒரு நிகழ்ச்சி இந்த அளவிற்கு வந்து நிற்கும் என்று நான் நினைத்தே பார்க்கவில்லை.

அந்த வருடம்தான் நான் கல்லூரியில் சேர்ந்திருந்தேன்., என் குடும்பத்திலேயே, ஏன்... என் கிராமத்திலேயே முதன்முறையாக மெட்ரிகுலேஷன் படிப்பை முடித்தவன் என்ற பெருமை எனக்கு உண்டு. எங்கள் குடும்பத்தில் அனைவருக்கும் அது மிகவும் மகிழ்ச்சியை ஏற்படுத்தியது. வீட்டைவிட்டு கட்டாக்கில் படிப்பதற்காகச் சென்ற நாளில், என்னுடைய மாமா எனக்கு கல்கத்தாவிலிருந்து ஒரு பரிசை வாங்கிக் கொடுத்தார். அது ஒரு சிறிய பெட்டியைப்போல இருந்த ஐசோலி கேமரா. ஒரு புகைப்படக் கருவி. அந்தக் கருவியின் உரிமையாளர் என்பதில் எனக்கு ஆகப்பெரிய கர்வம். மெட்ரிகுலேஷன் தேர்வில் வெற்றிபெற்றதைவிட அது எனக்கு மகிழ்ச்சியாக இருந்தது என்றுகூடச் சொல்லலாம். அந்த கேமராவில் வண்ணப் புகைப்படங்கள் எடுக்க முடியாது என்றாலும், காலம் முன்னேறிக் கொண்டிருக்கிறது என்பதன் அடையாளமாக அந்தப் புகைப்படக் கருவி விளங்கியது. நான் ஒரு கிராமத்திலிருந்து வந்திருந்தாலும், என்னிடம் ஒரு விலைமதிக்க முடியாத புகைப்படக்கருவி இருந்ததால் நகரத்து இளைஞர்கள் என்னைப் பார்த்துப் பொறாமைப்பட்டனர். அதே சமயம், என்னுடன் நண்பனாகப் பெரிய போட்டிகூட இருந்தது. அமரேந்திரன் என்பவன் புகைப்படம் எப்படி எடுப்பது என்பதைத் தெரிந்துகொள்வதற்காகவே என்நண்பனான், ஆனால், நாளடைவில் எங்களிடையே நெருங்கிய நட்பு உண்டானது.

கோடை விடுமுறையில், எங்கள் கிராமத்திற்குச் செல்லும்போது, அமரேந்திரன் 'ஒரு கிராமத்தைப் பார்க்க எனக்கும் ஆசையாயிருக்கு, என்னையும் அழைச்சுட்டுப்போறியா?' என்றான்.

'என்னோட, என் கிராமத்துக்கு நீ வந்தா நான் ரொம்ப சந்தோஷப்படுவேன். என் லீவும் ரொம்ப சந்தோஷமா கழியும். ஆனா, நகரத்துல பிறந்து வளர்ந்த உனக்கு கிராமத்து வாழ்க்கைக்கு ஒத்துப்போகுமா?'

'எனக்கு கிராமம்னா ரொம்பப் பிடிக்கும். உன்னோட உன் ஊருக்கு வரணும்னு எனக்கு ஆசையாயிருக்கு, .நீ சரின்னு சொன்னா நான் கிளம்பிடுவேன்.'

'நான் ஏன் வேண்டாம்னு சொல்லப்போறேன்... சீக்கிரம் கிளம்பு. நாம ஊருக்குப் போலாம், கிளம்பறதுக்கு முன்னாடி உங்கிட்ட ஒண்ணு சொல்லணும். உன் கேமராவுலே ஒரு ரோல் போடுறேன். கிராமத்துல நிறைய போட்டோ எடுக்கணும்.'

'இது இன்னும் நல்ல விஷயம். அதை நான் ஏன் வேண்டாம்னு சொல்லப்போறேன்?'

அமரேந்திரா என்னுடன் வந்தான் அவன் வருவதைப் பற்றி ஏற்கெனவே என் வீட்டிற்குத் தெரிவித்துவிட்டேன்.

கிராமத்திலிருந்து இரண்டு கிலோமீட்டர் தூரத்திலேயே பேருந்திலிருந்து இறங்கியபோது, எங்கள் வீட்டில் வேலை செய்யும் பேடா எங்களுக்காகக் காத்துக்கொண்டிருந்தார். நாங்கள் எங்களுடைய பெட்டிகளை மாட்டுவண்டியில் ஏற்றிக்கொண்டு கிராமத்தை அடைந்தோம்.

என்னுடன் ஒரு நகரத்து இளைஞனும் வருகிறான் என்பது எங்களுடைய குடும்பத்தினருக்குத் தெரியும் என்பதால், அவனுக்கு எந்த அசௌகரியமும் ஏற்படாத வண்ணம் அனைத்து ஏற்பாடுகளையும் அவர்கள் செய்திருந்தனர். நாங்கள் கிராமத்தில் இருக்கும் வரை எங்கள் அனைத்துத் தேவைகளையும் உடனடியாக கவனித்துக்கொள்வதற்கு பேடாவை அவர்கள் நியமித்திருந்தனர்.

பேடாவும் தன்னுடைய கடமையில் எள்ளளவும் குறை வைக்கவில்லை. நாங்கள் எது கேட்டாலும், அடுத்த நிமிடமே அதை அவர் நிறைவேற்றினார்.

நாங்கள் கேட்பது மட்டுமன்றி, நாங்கள் விரும்பும் அனைத்தையும் கூட அவர் சரியாகச் செய்து முடித்தார் இளநீர் பறிப்பதாகட்டும், நொங்கு வெட்டித் தருவதாகட்டும், இல்லை தேன்கூட்டிலிருந்து தேனைப் பிழிந்து தருவதாகட்டும், நல்ல இனிய சுந்தரி மாம்பழங்களைப் பறித்துத் தருவதாகட்டும், கட்லா மீன் பிடித்து தருவதாகட்டும்... எல்லாவற்றையும் அவர் மிக கவனத்துடன்

செய்தார். இதில் எங்களுக்கு ஏதாவது அதிருப்தி ஏற்பட்டால் அவர் நன்னீரில் இறால்களைப் பிடித்து எங்களுக்குச் சமைத்தும் கொடுப்பார்.

எங்களின் மேல் பேடா வைத்திருக்கும் இத்தகைய அன்பையும், அவருடைய கடமை உணர்வையும் பார்த்து அமரேந்திரனுக்கு வியப்பு தாங்கவே இல்லை. 'அவருக்கு ஏன் பேடா என்ற பெயர் வந்தது?' என்று ஒருநாள் என்னிடம் கேட்டான். நான் புன்னகைத்தபடியே, பேடா என்பது அவருடைய செல்லப் பெயராக இருக்கலாம். அவருடைய உண்மையான பெயர் எனக்குத் தெரியாது. அவர்களுடைய குடும்பம், எங்கள் குடும்பத்திற்கு காலம் காலமாகப் பணிவிடை செய்துகொண்டிருக்கிறது. பேடா பிறந்தவுடனேயே அவருடைய தந்தை வாதநோயால் இறந்துவிட்டார். அவருடைய தாயார் எங்கள் குடும்பத்தில் வேலை செய்தபடியே அவரையும் வளர்த்துவந்தார். இவர் எங்கள் வீட்டிலேயே குழந்தைப் பருவத்திலிருந்தே வளர்ந்துவருகிறார். வீட்டு வேலைகளைச் செய்யும் தன் தாயைப் பின்தொடர்ந்தபடியே வளையவருவார். ஒருநாள் என் தாத்தா கோபத்தோடு 'பேடா இங்கே உட்கார். உன் அம்மா வேலை பார்த்துக்கிட்டு இருக்கா. நீ ஏன் அவ பின்னாடியே அலையுற?' என்று கண்டித்தார். அன்றிலிருந்து இவர் பெயர் பேடாவாகிவிட்டது.

பேடாவும் நாங்கள் பேசுவதைக் கேட்டுக்கொண்டே, தன் தலையை ஆட்டி, தன் பெயரின் காரணத்தை ஆமோதித்தார்.

ஒருநாள் எங்களிடம், 'சின்னய்யா இன்னிக்கு பௌர்ணமி. நீங்களும் உங்க நண்பரும் கொட்டகையில தங்கினா, நான் புதுசா ஒண்ணைப் புடிச்சு சமைச்சுத் தர்றேன்' என்றார்.

'புதுசா எதையோ புடிக்கப்போறீங்களா?' நாங்கள் ஆச்சரியத்துடன் பார்த்தோம்.

'ஆமா. ஆனா அது மானோ, காட்டு ஆடோ இல்லை.'

'நம்ம கிராமம் ஒரு மலையிலயோ, காட்டுலயோ இருந்தா நீங்க சொல்ற மானு, காட்டு ஆடு பத்தி நாங்க யோசிப்போம். ஆனா நீங்க எதைப் பிடிக்கப்போறீங்க... சொல்லுங்க.'

நாடோடியின் வீடு

‘ஒரு பறவை! பிடிக்கப்போறது ஒரு பறவையை. அதை சமைக்கறதும் வித்தியாசமா இருக்கும்.’

‘கோழியா?’

‘இல்லை. கோழி இல்லை. அது ஒரு வித்தியாசமான பறவை. அதை நீங்க சாப்பிட்டா அது என்னன்னு உடனே புரிஞ்சுப்பீங்க. ஆனா, இன்னைக்கு ராத்திரி இங்க தங்கப்போறீங்களா இல்லையான்னு முதல்ல சொல்லுங்க. இங்க தங்கறது உறுதின்னா நான் அந்தப் பறவையைப் பிடிக்க ஏற்பாடு செய்யறேன்.’

அமரேந்திரனுக்கும் எனக்கும் அதை மறுக்க எந்தக் காரணமும் இல்லை. நாங்கள் தங்குவதாக ஒப்புக்கொண்டவுடன், பேடா அதற்கான ஏற்பாடுகளைச் செய்வதற்கு கிளம்பிச் சென்றுவிட்டார். முதலில் எங்கள் பகுதியில் இருக்கும் மூங்கில் காட்டுக்குள் சென்று ஓர் உறுதியான மூங்கிலை வெட்டி எடுத்துக்கொண்டு வந்தார். அதைத் துண்டங்களாக வெட்டி எங்கள் வீட்டிலிருந்த ஒரு கிழிந்த பழைய வலையை எடுத்துவைத்தார். பிறகு ஒரு வாழை இலையை வெட்டிக்கொண்டு வந்தார். சமையல் செய்வதற்கு வெங்காயமும், இஞ்சியும், பூண்டும், கடுகு எண்ணெயும், மிளகாயும் எடுத்துவைத்தார். அவருடைய ஏற்பாடுகளை பார்த்தபோது அவர் எதை வேட்டையாடப்போகிறார் எனறு எங்களால் யூகிக்கவே முடியவில்லை. இருந்தாலும் ஏதோ ஒன்று, வித்தியாசமான தனித்துவமான ஒன்றை எங்களுக்குத் தயார்செய்து தரப்போகிறார் என்று நினைத்தோம்.

சமைப்பதற்கான ஏற்பாடுகளெல்லாம் முடிந்த பிறகு பேடா எங்களிடம் ‘நான் வைக்கபோருகிட்ட போறேன். சாயங்காலம் நீங்களும் அங்க வந்துடுங்க’ என்றார்.

மாலை மயங்கியவுடன் நாங்கள் அந்த வைக்கோல்போருக்கு அருகே சென்றோம். முழு நிலா பிரகாசமாக ஒளிவீசிக் கொண்டிருந்தது. குளிர்ந்த தென்றல் எங்கள்மேல் சந்தனம் பூசுவதுபோல் வீசிக்கொண்டிருந்தது. தரை நன்கு பெருக்கப்பட்டு

பசுஞ்சாணியால் மெழுகப்பட்டிருந்தது. நாங்கள் பேடாவிற்கு மிகவும் முக்கியமான விருந்தாளிகள் என்பதால், எங்களுக்காக இரண்டு கயிற்று கட்டில்களையும் தன் வீட்டிலிருந்து பேடா கொண்டு வந்திருந்தார். அதில் உருண்டபடி நாங்கள் வானத்தைப் பார்த்தவாறு படுத்திருந்தோம். வானம் முழுவதும் நட்சத்திரங்களால் நிரம்பியிருந்தது. காற்றில் இளம் தென்றலின் நறுமணம் கலந்து வீசியது. இத்தகைய ஒரு சூழலில் எங்களின் உணர்வுகள் மேலெழுந்து மிதந்தன. அமரேந்திரன், 'எந்த ஒரு நகரத்துல இல்லை... எந்த ஒரு நகரவாசியால இப்படி ஒரு சூழலை அனுபவிக்க முடியும்... அப்படிப் பார்த்தா நான் ரொம்ப அதிர்ஷ்டசாலி இல்லை?' என மகிழ்ந்தான்

'இது மாதிரி சூழல்தான் ஒருத்தரை கவிஞனா மாத்துதோ,,, சரி! கவிதையைப் பத்தி மறந்துடுவோம். பேடா எங்கே போயிருக்கார்னு பார்க்கலாம்.'

'அவர் எங்க போயிருக்க முடியும்... வேட்டையாடத்தான் போயிருக்கணும்.'

நாங்கள் பேசி முடிப்பதற்கு முன்பே பேடா எங்கள் முன்னால் வந்து நின்றார். அவர் முகத்தில் ஒரு திருப்தியான புன்னகை மிளிர்ந்தது. நாங்கள் அவரைப் பார்த்தவுடன், 'வேட்டை முடிஞ்சிடுச்சா?' என்று கேட்டோம்

தன் கையில் இருந்த ஒரு பையைக் காட்டி, 'பேடா உங்களுக்கு புதுசா ஒண்ணைச் சமைச்சுத் தர்றேன்னு சொல்லிருக்கேன்ல... நான் ஒண்ணைத் தேடினா அது கிடைக்காம விடுவேனா?' என்றார்.

மிகுந்த ஆவலுடன் அந்தப் பையில் என்ன இருக்கிறது என்று கேட்டோம். அவர் தன் பையில் கையைவிட்டு, அதிலிருந்து ஒரு பறவையை வெளியில் எடுத்தார். அந்தப் பறவை கத்திக்கொண்டிருந்தது. 'என்ன பறவை இது... எங்களுக்கு இந்தப் பறவையைத்தான் சமைக்கப்போறீங்களா?' என்று கேட்டேன்.

'இது கிகிடி பறவை. இதை ஒரு முறை நீங்க சாப்டீங்கன்னா, வாழ்நாள் முழுக்க பேடாவை மறக்கவே முடியாது. நீங்க இங்க ஒக்காந்துக்கோங்க. நாம் போய் சமைக்க ஆரம்பிக்கிறேன்.'

இருபதுக்கும் மேற்பட்ட பறவைகளைத் தோலுரித்து, சமைக்கத் தயாரானார். ஒவ்வொரு பறவையின் மேலும், வயிற்றினுள்ளும் மசாலாவைத் தடவினார். எல்லாப் பறவைகளுக்கும் தடவி முடித்த பிறகு, அவற்றை நீண்ட மூங்கில் கழியில் சொருகினார். பிறகு அந்தப் பறவைகளின் மேல் எண்ணெயை ஊற்றி, திறந்திருக்கும் இடத்தை ஒரு வாழை இலையால் மூடினார். பிறகு ஒன்றன் பின் ஒன்றாக இதுபோல ஐந்து மூங்கில் குச்சிகளில் தயார்செய்தார். பிறகு நெருப்பை மூட்டினார். நெருப்பு உண்டானதும், அந்த மூங்கில்கழிகளை அதன்மேல் வைத்தார். இவை அனைத்தையும் மிகுந்த ஆர்வத்துடன் நாங்கள் பார்த்துக்கொண்டிருந்தோம்.

நெருப்பு மிகவும் மெதுவாக எரிந்தது. அங்கிருந்த தணலில் மூங்கில்கழிகளை, திருப்பித் திருப்பிப் பறவைகளின் எல்லாப் பகுதிகளும் நன்கு வேகுமாறு கவனத்துடன் வாட்டினார். கசிந்த எண்ணெய் அந்த மூங்கில்கழிகளின் மேல் விழுந்து, அந்தக் கழிகளை எண்ணெயில் குளிப்பாட்டியதுபோலத் தோன்றச் செய்தன.

மெதுவாக மூங்கில்கழிகளை நெருப்பிலிருந்து வெளியே எடுத்து, வெளியே வைத்தார். அதன் பிறகு அந்த நெருப்பில் சப்பாத்திகளைத் தயார் செய்தார்.

இப்போது இலையில் எங்கள் இருவருக்கும் மூன்று சப்பாத்திகளைவைத்து, அந்த மூங்கில்குச்சியை அதனருகில் வைத்தார். எங்களை மிகுந்த பிரியத்துடன் பார்த்து, 'இப்ப சாப்பிடுங்க' என்றார்.

அதற்காகவே காத்திருந்ததுபோல. நாங்கள் இலைக்கு முன்னால் உட்கார்ந்தோம். இருப்பினும், புராண காலத்து பானுமதியின் பையைத் திறக்க பயப்படுவதுபோல, அந்த மூடிய மூங்கிலைத் திறப்பதற்குக் கொஞ்சம் தயங்கினோம். எங்கள் மனதைப்

புரிந்துகொண்டு பேடா, அந்த மூங்கில் குச்சிகளைத் திறந்து அதில் இருந்தவற்றை எங்கள் இலையில் பரிமாறினார். அதன் மணம் எங்கும் பரவியது.

எங்கள் ஆவலைக் கொஞ்சம்கூடக் கட்டுப்படுத்த முடியாமல், ஒரு துண்டை எடுத்து ருசி பார்த்தோம். என்னவோர் அருமையான ருசி! இதுவரை எங்கள் வாழ்க்கையில் சாப்பிட்ட அனைத்து உணவுகளிலும் இல்லாத ஒரு தனித்த ருசி அதிலிருந்தது. பேடாவின் சமையலுக்கும், இத்தகைய ருசியான ஒரு சாப்பாட்டை எங்களுக்குக் கொடுத்த அன்பிற்கும் எங்கள் மனதில் நன்றி பெருகிப் பொங்கியது.

இந்த ஓர் உணவிற்காக வயலில் நாங்கள் காத்துக்கொண்டிருந்தது நியாயம் என்பதால், உணவை அருந்துவதற்கு நாங்கள் சிறிதும் தயங்கவில்லை.

கேமராவில் போட்ட ரீலில் அமரேந்திரன் தன் இஷ்டத்திற்கு கிராமத்தைப் படம் பிடித்தான். கிராமத்தில் காணப்படும் சூரிய உதயம், சூரியன் மறைவது, மாடுகள் திரும்பி வருவது, குளத்தில் குளிக்கும் காட்சிகள், ஆற்றில் மீன் பிடிக்கும் காட்சிகள், பிறகு எங்கள் குடும்பத்திலுள்ள அனைவரையும் புகைப்படம் பிடித்தான், இவை அனைத்திற்கும் பேடா தன்னுடைய முழு ஒத்துழைப்பையும் கொடுத்தார்.

ஒருநாள் நான் அமரேந்திரனிடம், 'ஒரு கலைக்கூடத்திற்குத் தேவையான அளவு புகைப்படம் எடுக்கிறாயா என்ன?' என்று கூடக் கேட்டேன்.

'ரீல் ஏறக்குறைய தீர்ந்துபோச்சு. ஆனா, படம் எடுக்கறது மட்டும் தீரலை. இன்னும் ஒரே ஒரு படம் மட்டும் எடுக்கலாம், அது ரொம்பச் சிறப்பா இருக்கணும். அதுக்காகத்தான் காத்துக்கிட்டு இருக்கேன்.'

'சிறப்பான ஒண்ணா... அது என்ன?'

'அதைக் கழுவிப் படமாப் பாக்கும்போது உனக்குத் தெரியும்.'

'இருந்தாலும் முன்னாடியே அதைப் பத்திச் சொல்லலாமில்ல?'

'இல்லை! நான் சொல்லிட்டா, அப்புறம் நீ அதைப் பார்த்து ஆச்சரியப்படவே மாட்டே. உன்னை ஆச்சரியப்படுத்தணும். அதுதான் என் ஆசை.'

'சரி, நீ எனக்குக் கொடுக்கப்போற இன்ப அதிர்ச்சிக்காக நான் காத்துக்கிட்டிருக்கேன்.'

ஒருநாள் அமரேந்திரனும் நானும் வீட்டு வராந்தாவில் அமர்ந்துகொண்டிருந்தோம். பேடா வந்து எங்கள் அருகில் நின்றார். அவர் ஏதோ சொல்லவருவதுபோலத் தோன்றியது.

'இன்னிக்கு ஏதாவது வெளி வேலை இருக்கா?'

'நீங்க எதைச் சொன்னாலும் நான் தயார் செஞ்சுடறேன், என்ன வேணும்னு சொல்லுங்க.'

'அதெல்லாம் ஒண்ணுமில்லை, சும்மா கேட்டோம்.'

'சரி, நானும் உங்ககிட்ட ஒண்ணு கேக்கணும், உங்களுக்கே தெரியும். எனக்கு குடிக்கவோ, சாப்பிடவோ தனியா பெருசா ஆவல் எதுவும் இல்லை.'

'உங்ககிட்ட நான் ஒண்ணு கேக்கணும் சின்ன எஜமான்.'

'என்ன அது... எங்ககிட்ட சொல்லுங்க.'

'நான் கேக்கறதை நீங்க நிறைவேத்துவீங்களா... என் அம்மாவை உங்களால ஒரே ஒரு போட்டோ எடுத்துத் தர முடியுமா... என் அம்மாவுக்கு எப்போ பார் வியாதி. அடுத்தாப்புல என்ன நடக்கும்னு யாருக்கும் தெரியாது. அவங்க போட்டோ ஒண்ணு என்கிட்ட இருந்தா, அவங்க இல்லாதப்போ, நான் அவங்களைப் பாக்க முடியும்.'

நான் அமரேந்திரனைப் பார்த்தேன். என்னுடைய எண்ணத்தைப் புரிந்துகொண்ட அமரேந்திரன், தன் விரல்களால், 'இன்னும் ஒரே ஒரு

படம் மட்டுமே எடுக்க முடியும்' என்பதுபோல சைகை செய்தான். அதை அவன் ஒரு சிறப்பான புகைப்படத்திற்காக விட்டு வைத்திருக்கிறான். அமரேந்திரனின் உணர்வுகள் எனக்குப் புரிந்திருந்தாலும், நான் பேடாவிடம் 'பாக்கலாம்' என்று அவர் மனம் புண்படாதவாறு கூறினேன்.

பேடா மிகுந்த மகிழ்ச்சியுடனும், நன்றியுடன் அந்த இடத்தைவிட்டு நகர்ந்தார்.

நான் அமரேந்திரனிடம், 'பேடாவை ஏமாத்தக் கூடாது. அந்த கடைசி ஃபிலிம்ல அவரரோட அம்மாவைப் படம் எடுத்துடலாம்' என்றேன். அமரேந்திரன் எதுவும் பேசவில்லை. அவன் மனதில், அவன் நினைத்திருக்கும் தனித்துவமான புகைப்படத்திற்கும், பேடாவின் தாய் இரண்டிற்குமான ஒப்பீடு ஓடிக்கொண்டிருந்திருக்க வேண்டும். சிறிது நேரம் அமைதியாக இருந்துவிட்டு, 'இந்த கேமராவுல எப்படி போட்டோ எடுக்கணும்னு பேடாவுக்கு தெரியுமா?' என்று கேட்டான்.

'பேடாவுக்கு என்ன தெரியும்... அவனுக்குத் தெரிஞ்சதெல்லாம், இந்த கேமராவுல நீ போட்டோ எடுக்கற….அது மட்டும்தான் தெரியும்.'

'அப்படின்னா நாம ஒண்ணு செய்வோம். போட்டோ எடுக்க

எல்லா ஏற்பாட்டையும் செஞ்சுட்டு, வெறும் ஃபிளாஷ் லைட்டை மட்டும் போடுவோம். பேடாவுக்குத் தன் அம்மாவோட படம் எடுத்தாச்சுன்னு தோணும். ரெண்டு, மூணு தடவை இந்தப் படத்தையெல்லாம் கட்டாக்கில கழுவணும்னு சொல்வோம். காலப்போக்குல அவர் தன் அம்மா போட்டோவைப் பத்தி மறந்துடுவார். நாமும் மறந்துடலாம்.'

'நீ எடுக்கப்போற அந்த சிறப்பான படத்தைப் பத்தி நீ ஏன் அத்தனை முனைப்போட இருக்க... அந்த ஒரு காரணத்துக்காக இத்தனை நாளா நமக்கு வேலை செஞ்ச ஒருத்தனை ஏமாத்தப்போறியா?'

'அப்படியில்லை. நான் அந்த போட்டோ பத்திச் சொல்றதுல எனக்கு இப்ப தயக்கம் இல்லை. நான் எடுக்கப்போற அந்தப் படம் என் வாழ்க்கையில ஒரு திருப்பத்தைத் தரும். அந்தப் போட்டோதான் என் வாழ்க்கையோட அர்த்தமா மாறும் பார்.'

'சரி! நீ செய்யப்போறது சரின்னு உனக்குத் தோணிச்சுன்னா அப்படியே செய். நான் இனிமே பேடாவோட அம்மாவை போட்டோ எடுன்னு உன்கிட்ட சொல்லப்போறதில்லை.'

'அப்படின்னா பேடாகிட்ட அவரோட அம்மாவைத் தயார்செய்யச் சொல்லு. நாம அங்க போய் போட்டோ எடுப்போம்.'

எங்களிடமிருந்து செய்தியைத் தெரிந்துகொண்டவுடன், பேடா தன் அம்மாவை அதற்காகத் தயார்செய்தார். ஒரு பழைய, சிவப்பு நிற வாழை இலைபோலச் சுருங்கிய ஒரு புடவையை அவரை அணியச் செய்தார். அந்தப் புடவைக்கு விசித்திரமான ஒரு ரவிக்கையை அவர் அணிந்திருந்தார். அது உண்மையில் ரவிக்கை இல்லை. ஆண்கள் அணியும் ஒரு சட்டை. அம்மா உட்கார்ந்திருக்கும் பின்புறம் அழகாக இருக்க வேண்டும் என்று நான் பேடாவிடம் ஏதாவது ஒரு திரையை அங்கு போடுமாறு கூறினேன். பேடா உடனே தன்னுடைய கட்டம்போட்ட லுங்கியை எடுத்துக்கொண்டு வந்து பின்புறம் கட்டினார்.

இந்த ஏற்பாடுகளெல்லாம் நடந்து முடிந்த பிறகு பேடா தன் அம்மாவை அழைத்து வந்து ஒரு ஸ்டூலில் உட்காரவைத்தார், அவருக்கு உட்காருவதில் சிரமம் இருந்தது. ஆனால் தன் மகன் ஆசைக்குக் கட்டுப்பட்டு, சிறிது நேரம் அதில் உட்கார்ந்திருந்தார்.

அப்படி உட்கார்ந்திருந்த சமயத்தில், அவருக்கு மூச்சுவிடுவதிலும் சிரமம் இருந்தது. நான் அவரை சிறிது புன்னகை செய்யுமாறு கூறினேன். அவரால் புன்னகைக்கவே முடியவில்லை. ஆனால் தன் உதடுகளையும் முகத்தையும் விரித்துவைக்க பிரயத்தனப்பட்டார். அதன் பிறகு ஃபிளாஷ் லைட் போலியாக மின்னியது. அவரின் படம் எடுக்கப்பட்டது.

எங்கள் விடுமுறை முடிந்த பிறகு, நாங்களிருவரும் கட்டாக்கிற்கு திரும்பிவிட்டோம். சிறிது நாட்கள் கழித்து பேடாவின் தாயார் இறந்துவிட்டதாக எனக்குச் செய்தி கிடைத்தது.

அந்தச் செய்தி தெரிந்ததும், நான் என் அறையில் மிகவும் வருத்தத்துடன் அமர்ந்திருந்தேன். தன் அம்மாவின் படத்தை சேமித்துவைக்க வேண்டும் என்பதற்காக பேடா எங்களை புகைப்படம் எடுக்கச் செய்தார். நாங்கள் அவரை ஏமாற்றிவிட்டோம். அவர் தாயாரும் அவரை ஏமாற்றிவிட்டுச் சென்றுவிட்டார்.

அந்த சமயத்தில் எனக்கு அமரேந்திரனை நினைத்து மிகவும் எரிச்சலாக இருந்தது. அவன் எந்த மாதிரியான சிறப்புப் படத்தை எடுக்கப்போவதற்காக பேடாவின் தாயாரை ஏமாற்றினானோ? இனி தன் அம்மாவைப் புகைப்படம் எடுக்க பேடாவிற்கு சந்தர்ப்பம் வாய்க்குமா?

வெட்கம்! எங்களுக்கு அத்தனை சேவகம் புரிந்த ஒருவனுக்குத் தர எங்களிடம் ஒரு ஃபிலிம்கூட இல்லை.

என் மனம் அலைபாய்ந்தது. நான் வெளியே செல்லவில்லை. என் அறையிலேயே அமர்ந்திருந்தேன். மாலையில் அமரேந்திரன் என்னைப் பார்ப்பதற்கு வந்தான். நான் எதுவும் சொல்வதற்கு முன்பாக அவன் புகைப்படங்களை எடுத்து என் முன் நீட்டினான். அவற்றைப் பார்ப்பதற்கு நான் எந்த ஆர்வத்தையும் காண்பிக்காமல் இருந்ததால், அவன் ஆச்சரியத்துடன் கேட்டான்.

'ஏன் இப்படி இருக்கிறாய்?'

'இல்லை! ஒண்ணுமில்லை. நீ எல்லா ஃபோட்டோவையும் கொண்டு வந்திருக்க, நீ சொன்ன அந்த சிறப்பு படம் எங்க?'

ஓ... உனக்கு அதைப் பார்க்கணுமான்னு சொன்னபடி, அவன் தன் நீல நிறச் சட்டையின் பொத்தான்களை அவிழ்த்து, அதிலிருந்து ஒரு கவரை வெளியில் எடுத்தான். அதில் மிகவும் பாதுகாப்பாக வைக்கப்பட்டிருந்த ஒரு புகைப்படத்தை வெளியில் எடுத்தான்.,

அந்தப் புகைப்படத்தை என்னிடம் காட்டாமல், ‘அமைதியா இருக்கும்போது, பல விஷயங்கள நாம சொல்லிடலாம்.. இந்தப் பொண்ணை மட்டும் நான் சந்திக்காம இருந்தா, என்னால இந்த விஷயத்தைப் புரிஞ்சுக்கிட்டு இருக்க முடியாது. ஒரு வார்த்தைகூடப் பேசாம, எப்பல்லாம் பாத்தோமோ, அப்பல்லாம் அவ என்மேல ஒரு மாய வலையை வீசிட்டா. அவளை யாரு கல்யாணம் பண்ணிக்கப்போறாங்களோ அவர்தான் ரொம்ப அதிர்ஷ்டசாலி.’

‘அந்த போட்டோவைக் காட்டு. எதைப் பத்தி நீ இத்தனை கனவோட பேசறே... இப்படி உணர்ச்சிவசப்படறே?’

‘நிச்சயம் காமிக்கிறேன். ஆனா அதைப் பத்தி ஒரே ஒரு வருத்தம் இருக்கு. எனக்கு அந்தப் பொண்ணோட பேரே தெரியாது. அவ பேரைக் கேக்கறபோதெல்லாம், அவ ஒரு புன்னகை மட்டும் செஞ்சுட்டு மறைஞ்சு போயிடுவா. மின்னலைப்போல ஓடிடுவா.’

‘சரி. சரி. நீ புகழ்ந்தது போதும்..போட்டோவைக் காமி.’

அமரேந்திரன் அந்தப் புகைப்படத்தை என்னிடம் காட்டியவுடன், என்னால் என் சிரிப்பை அடக்கவே முடியவில்லை.

‘நீ ஏன் சிரிக்கிற?’

‘சிரிக்கறத்துக்கு பதில் நான் என்ன அழணுமா என்ன... இந்த ஒரு சிறப்பான போட்டோவுக்காகவா நீ அப்பாவி பேடாவை ஏமாத்தினே... பேசாமடந்தைன்னு நீ சொல்ற இந்தப் பொண்ணு உண்மையிலேயே ஒரு ஊமைதான். ஊமை மட்டுமில்லை, இந்த அழகிக்குக் காதும் கேட்காது. அப்புறம் அவளால உன் பேச்சை எப்படிக் கேட்டிருக்க முடியும்... எப்படி பதில் சொல்லியிருக்க முடியும்?’

‘என்ன சொல்ற?’

‘நான் என்ன சொல்றேனோ, அதான் உண்மை. அந்தப் பெண் ஊமைன்னு அப்பவே தெரிஞ்சிருந்துச்சுன்னா உன் கனவெல்லாம்

தவிடு பொடி ஆகியிருக்கும். அப்படியே ஆகட்டும். உன் கனவு உடைஞ்சதைப் பத்தி எனக்குக் கவலை இல்லை. என் வருத்தமெல்லாம் தன்னோட அம்மா போட்டோ வேணும்னு ஆசைபட்ட பேடாவோட கனவை ஒடைச்சுட்டோம். அதனாலதான் நான் ரொம்ப வருத்தமா இருக்கேன். பேடாவுக்கு இதுக்கு அப்புறம் தன்னோட அம்மா போட்டோவை எடுக்க வாய்ப்பு இனிமே வரவே வராது. பேடாவோடஅம்மா நாம கிராமத்தைவிட்டு வந்த கொஞ்ச நாள்லயே இறந்துபோயிட்டாங்க.'

ஓர் அதிர்ச்சியான செய்தியிலிருந்து வெளிவருவதற்கு முன்பு, மற்றோர் அதிர்ச்சியான செய்தியைக் கேட்டு அமரேந்திரன் உறைந்து நின்றான். அதன் பிறகு எதுவும் பேசாமல் தலையைக் குனிந்து, தரையைப் பார்த்தபடியே நின்றிருந்தான். பிறகு நீண்ட பெருமூச்சுவிட்டபடி, எந்த ஒரு வார்த்தையும் பேசாமல் அவன் அறையைவிட்டு வெளியே சென்றான்.

ஒரு குற்றவாளியைப்போல, குற்ற உணர்வோடு அவன் அறையைவிட்டுச் சென்றதாக நான் உணர்ந்தேன்.

அதன் பிறகு நான் எப்போதெல்லாம் கிராமத்திற்கு சென்றேனோ, அப்போதெல்லாம் பேடா தன் அம்மாவின் புகைப்படத்தைப் பற்றிக் கேட்பார். ஒவ்வொரு முறையும் ஏதாவது பொய் சொல்லி அவருடைய கேள்விக்கு நான் பதிலளிப்பேன். சில சமயம் அது அமரேந்திரனிடம் இருப்பதாகவும், அவன் கொடுக்கும்போது வாங்கிக்கொண்டு வருவதாகவும் சொல்வேன். மற்றொரு சமயம் அமரேந்திரன் என்னிடம் கொடுத்துவிட்டதாகவும், நான்தான் அதை எடுத்துக்கொண்டு வர மறந்துவிட்டதாகவும் சொல்வேன். அடுத்த முறை நான் வீட்டிற்கு வரும்போது நிச்சயமாக அதை எடுத்துக்கொண்டு வருவதாகச் சொல்வேன். பேடா தன் முழு அப்பாவித்தனத்தால் நான் கூறுவது அனைத்தையும் நம்பினார். நான் சில சமயம் பேடா இந்தப் புகைப்படத்தைப் பற்றி மறந்துவிடக் கூடாதா என்று விரும்பினேன். ஆனால் பேடா இந்தப் புகைப்படத்தை

மறக்கவே இல்லை. நானும் பொய் சொல்வதை விடவே முடியாமல்போனது.

அன்று நீண்ட நாட்களுக்குப் பிறகு கிராமத்திற்குப் போனேன். ஒவ்வொரு முறையும் நான் செல்லும்போதும் பேடா வந்து தன் அம்மவின் போட்டோ பற்றி கேட்பார். ஆனால் அந்த முறை அவர் அதைப் பற்றிக் கேட்கவில்லை. எனக்கு அவர் கேட்காதது பெரிய நிம்மதியாக இருந்தது. பேடா போட்டோவைப் பற்றி மறந்திருக்க வேண்டும் என நினைத்தேன். ஆனால் என்னுடைய நிம்மதி சில நிமிடங்களுக்கே நீடித்தது. அன்று மதியம் நான் வராண்டாவில் உட்கார்ந்தபோது பேடா வயலிலிருந்து திரும்பி வந்தார். அவர் மாடுகளை வண்டியிலிருந்து அவிழ்த்துக் கட்டினார். தன் முண்டாசை அவிழ்த்து, வியர்வையைத் துடைத்துக்கொண்டு என் அருகே வந்து நின்றார். பேடா தன் அம்மாவின் போட்டோ பற்றி கேட்டுவிடப் போகிறாரோ என்று பயந்து, அவரின் கவனத்தை திசைதிருப்ப 'விவசாயம் எப்படி இருக்கு?' என்று கேட்டேன்.

என் கேள்விக்கு எந்த பதிலும் கூறாமல், என்னிடம் 'சின்ன எஜமான் நீங்க நிஜமாகவே என் அம்மாவை போட்டோ எடுத்தீங்களா... இல்லை எஜமான், இந்த முறை இல்லை... ஒவ்வொரு முறையும் நீங்க அந்த போட்டோவ மறந்துடுறீங்க. அப்படின்னா நீங்க என்னை ஏமாத்தி ஒரு போலியான படத்தை எடுத்துருக்கணும்னு நான் புரிஞ்சுகிட்டேன். இப்ப என் அம்மாவோட போட்டோ எங்கிட்ட இல்லைன்னு எந்த வருத்தமும் கிடையாது. ஏன்னா அவரோட உருவம் என் நெஞ்சுல நிரந்தரமாக இருக்கு. ஹனுமானைப்போல என் நெஞ்சைக் கிழிச்சு காண்பிக்க முடியும்னா, அம்மா புகைப்படத்தை உங்ககிட்ட காமிச்சுடுவேன். பேப்பர் புகைப்படத்தைப் பத்தி எனக்கு ஒரு அக்கறையும் இல்லை. என்னோட கவலையெல்லாம், இத்தனை நாளா நீங்க என்கிட்ட பொய் சொன்னீங்க. இப்பவும் சொல்லிக்கிட்டு இருக்கீங்க. இத்தனை நாளா என்னை ஏமாத்திட்டு இருக்கீங்க.

என்னோட பெயரை மாதிரியே நான் ஒரு முட்டாள்தான். ஆனா உண்மைக்கும் பொய்க்கும் வித்தியாசம் தெரியாத ஒரு முட்டாள் இல்லை எஜமான்.'

அதிர்ந்துபோய் நான் பேடாவின் முகத்தைப் பார்த்தபோது, அவர் எழுந்து அந்த இடத்தைவிட்டுச் சென்றுவிட்டார். அவர் போனது என் முகத்திரையைக் கிழிப்பதுபோல இருந்தது. எங்கள் கிராம நாடகம் ஒன்றில், சீதாவாக வேடமிட்டு நடித்துக்கொண்டிருக்கும் ஒருவனின் தலையை, வேகமாக இழுக்கும்போது, அவனுடைய பின்னல் கையுடன் வந்ததுபோல, என்னுடைய முகமூடியும் பேடாவின் அருகில் கிழிந்துவிட்டது. எதுவும் செய்ய இயலாமல் நான் பேடா வேகமாக நடப்பதைப் பார்த்துக்கொண்டிருந்தேன். சொல்வதற்கு என்னிடம் எதுவும் இல்லை. அனைவரின் முன்பும், தன்னுடைய பின்னல் கையோடு வந்தபோது ஏற்பட்ட அந்த கையாலாகாத்தனம்தான், இப்போது என் பொய்யினால், அமைதியாக இருக்கும் என் நிலைமையும். என் வாழ்க்கையில் நான் செய்ததைச் சரிசெய்து அடுத்த காட்சிக்குப் போக முடியாது. ஏனென்றால் பேடாவின் தாயார் இப்போது சொர்க்கத்தில் இருந்தார். ஆனால் என் எஞ்சிய வாழ்க்கை முழுவதும் இந்தப் பொய்யின் நிழலை என் தோள்களில் சுமந்துகொண்டே இருப்பேன். ஒரே ஒரு கேள்வி மட்டும் மீண்டும் மீண்டும் என் காதில் ஒலித்தபடியே இருக்கும்.

'எஜமான் நீங்க உண்மையாவே என் அம்மாவை போட்டோ எடுத்தீங்களா?'

மண் துரோணர்

பங்கா பாபுவின் பதவி உயர்வு விருந்தில் தேவபத்ரா பங்கேற்றார். ஆனாலும் அவரால் அந்த ஆட்டம், பாட்டம், கொண்டாட்டத்தில் கலந்துகொள்ள முடியவில்லை. பங்கா பாபு அவருடன் வேலை பார்த்தவர். அது மட்டுமல்ல, அவருடைய பள்ளித் தோழர். நெருங்கிய நண்பர். கிராமத்தில் இருந்த பள்ளிக்கூடத்தில் படித்தபோதும், அதன் பிறகு பக்கத்து ஊருக்குச் சென்று உயர்கல்வி படித்தபோதும், பிறகு கல்லூரியிலும் அவர்கள் ஒன்றாகவும், ஒரே படிப்பையும் படித்தனர்.

இவர்கள் இருவருக்குமிடையே இருந்த ஒற்றுமையைப் பாருங்கள். நாளிதழில் வேலை ஒன்றிற்காக இருவரும் ஒரே நாளில் விண்ணப்பித்தனர். படித்து முடித்தவுடன், அந்த வேலையில் இருவரும் ஒரே நாளில் சேர்ந்தனர். ஆலையின் குடியிருப்பில் அவர்களுக்கு இடம் கிடைத்து, இருவரும் அருகருகே

வசித்துவந்தனர். இவை அனைத்தும் தற்செயல் இல்லாமல் போனால் வேறென்ன... இருபது வருடங்கள் கடந்துவிட்டன. இருவரும் மூன்றாவது நிலையிலிருந்து அதிகபட்சமான பூஜ்ஜிய நிலைக்குப் பதவி உயர்வு பெற்றார்கள்..

அப்போதெல்லாம் பதவி உயர்வு பெறும்போது குடியிருப்பு மாற வேண்டும். ஆனால், அவர்கள் இருவரும் தங்கள் வீடுகளை மாற்ற வேண்டாம் என்று முடிவுசெய்து, பழைய வீட்டிலேயே வசித்துவந்தனர்.

இருவரும் அடுத்தகட்டமான அதிகாரப் பதவிக்கான நேர்முகத் தேர்வுக்குச் சென்று வந்தனர். ஆனால், அந்தப் போட்டியில் தேவபத்ராவால் வெற்றிபெற முடியவில்லை. பதவி உயர்வு கிடைத்ததால் பெரும் மகிழ்சிதான் என்றாலும், இந்த முறை பங்கா பாபுவால் முழுமையாக அதைக் கொண்டாட முடியவில்லை. அதற்குக் காரணம், அவருடைய நெருங்கிய நண்பரின் தோல்வி. தன் நண்பனின் பெயர், பதவி உயர்வு பெற்றவர்களின் பட்டியலில் இல்லாதது ,அவருக்கு மிகவும் ஆச்சரியத்தை அளித்தது. இருவருமே ஒரே மாதிரியான திறமைகொண்டவர்கள். தேவபத்ரனால் நேர்முகத் தேர்வில் வெற்றிபெறாமல் இருப்பதற்கு எந்த ஒரு காரணமும் இல்லை. தன்னுடைய வெற்றியைக்கூட மனதில்கொள்ளாமல், தேவபத்ரன் எதனால் தோல்வியடைந்திருப்பார் என்பதைப் பற்றியே பங்கா பாபு சிந்தித்தார்.

இறுதியாக, பதவி உயர்வுபெற வேண்டுமென்றால், வேலையில் மட்டும் ஒருவர் திறமைசாலியாக இருப்பது போதாது. அவருக்கு தங்கள் உயரதிகாரிகளைச் சமாளிக்கும் திறனும், அதிகாரிகள் தங்களைச் சார்ந்திருக்குமாறு செய்யும் சாமர்த்தியமும் தேவை என்பது புரிந்தது. தேவபத்ராவின் வேலைத்திறன் சிறப்பாக இருந்தாலும், அவருக்கு மேலதிகாரிகளைச் சமாளிக்கும் திறன் மிகவும் குறைவுதான். உதாரணத்திற்கு பங்கா பாபு அவருடைய மேலதிகாரிகளின் குழந்தைகளின் பள்ளி சேர்க்கைக்கும்,

அவர்களுக்காக நல்லதொரு ட்யூஷன் ஆசிரியரைத் தேடிக் கண்டுபிடிப்பதிலும், மேலதிகாரிகளின் வயதான பெற்றோருக்கு நல்ல மருத்துவரைப் பரிந்துரைப்பதிலும். மேலதிகாரிகள் சுற்றுலா செல்வதற்கு ஏற்பாடுகள் செய்வதிலும் முனைப்பாக இருப்பார். இவற்றில் எதையும் தேவபத்ரா செய்ததே இல்லை. அதேபோல பங்கா பாபு ஒவ்வொரு வருடமும் ஏதாவது ஒரு காரணத்தைக் கொண்டு அவருடைய உயரதிகாரிகளுக்காக ஒரு விருந்தை ஏற்பாடு செய்துவிடுவார், அவருடைய ஆழ்மனதில் இத்தகைய காரணத்தால்தான் தனக்குப் பதவி உயர்வு கிடைத்திருக்க வேண்டும் என்றும், இதையெல்லாம் செய்யாததால்தான் தேவபத்ராவுக்குப் பதவி உயர்வு கிடைக்கவில்லை என்றும் தோன்றியது.

அதிகாரியாக உயர்வு பெற்றதும் பங்கா பாபு தன்னுடைய குடியிருப்பிலிருந்து மாறி, அதிகாரிகளின் குடியிருப்புக்குச் செல்லவேண்டிய கட்டாயம் ஏற்பட்டது. ஏனெனில், மற்ற அதிகாரிகளின் நட்பின் காரணமாக, அதிகாரி-ஊழியர் இருவரிடையே காணப்படும் சமூக, பதவி ஏற்றத்தாழ்வால் வரக்கூடிய அந்த இடைவெளியைத் தாண்டக் கூடாது என்றார்கள்.

இறுதியாக, மற்றவர்கள் கொடுத்த அழுத்தத்தின் காரணமாகவும். உயரதிகாரிகள் வற்புறுத்தியதாலும், வேறு வழியின்றி பங்கா பாபு தற்போதைய குடியிருப்பிலிருந்து காலிசெய்து, அதிகாரிகளின் குடியிருப்புக்குத் தன் இல்லத்தை மாற்றிக்கொண்டார்.

தான் இவ்வாறு முடிவுசெய்துவிட்டதாக தேவபத்ராவிடம் சொன்னபோது, தேவபத்ராவிற்கு அது மேலும் ஓர் அதிர்ச்சித் தகவலாக இருந்தது. ஏற்கெனவே தன் பதவி உயர்வு பறிபோன அதிர்ச்சியிலிருந்து அவரால் வெளிவர இயலவில்லை.

சில நிமிடங்கள் அமைதியாக இருந்துவிட்டு, தன் ஆதங்கத்தை மறைத்தபடி 'இது அலுவலக விதி. நாம ஏன் அதை மீறணும்னு நினைக்கிறே... நாம ரெண்டு பேரும் ஒண்ணா படிச்சோம். ஒண்ணா வேலை செஞ்சோம். அதேபோல, பல வருஷம் இதே குடியிருப்புல

பக்கத்துப் பக்கத்துல இருந்தோம். அதுவே ரொம்பப் பெரிய வரம். நாம ரெண்டு பேரும் ஒரே மாதிரி எல்லாத்தையும் செஞ்சாலும்கூட, நம்ம விதி ஒரே மாதிரி கிடையாது. அப்படி இருந்திருந்தா எனக்கு ரெண்டு பொண்ணுங்களும், உனக்கு ரெண்டு பையனுங்களுமா பொறந்திருப்பாங்களா... சில சமயத்துல நமக்குப் பிடிக்கலைன்னாலும் நம்ம வாழ்க்கையில நடக்குறது நடந்துதான் தீரும். எங்களை விட்டுட்டு பிரிஞ்சுபோக உனக்கு விருப்பமில்லைன்னு எனக்குத் தெரியும். ஆனா, அலுவலக விதியை நீ மதிக்கணும். அப்புறம் நீ வேற எங்கேயோ டிரான்ஸ்ஃபராகிப் போகலியே... இந்தக் குடியிருப்பிலேருந்து இன்னொரு குடியிருப்புக்குத்தான போற... அதுல என்ன பிரச்சனை?'

பங்கா பாபு புதுக்குடியிருப்புக்குச் சென்றுவிட்டார். வீட்டில் குடியேறும்போது காலையில் ஒரு சிறிய பூஜையை ஏற்பாடு செய்திருந்தார். மாலையில் உயரதிகாரிகளுக்காக ஒரு விருந்தையும் ஏற்பாடு செய்திருந்தார். தேவபத்ராவும் அவர் மனைவியும் காலையில் நடந்த பூஜையில் குடும்பத்துடன் ஆர்வமாகப் பங்கேற்றனர். மதியம் அவர்கள் வீட்டிற்குக் கிளம்ப ஆயத்தப்பட்ட போது, பங்கா பாபு தேவபத்ராவிடம் சொன்னார்... 'ஏன் கிளம்பறே... சாயங்காலம் ஒரு விருந்து இருக்கே...'

'ஆமா. ஆனா அதுல எனக்கு என்ன பங்கு... பெரிய ஆபீஸரையெல்லாம் கூப்பிட்டிருக்க. அந்தக் கூட்டத்துல பொருந்தாதவனா நான் இருக்கணுமா?'

'கடைசியா இதைத்தான் சொல்லப்போறியா?'

'நான் எதையும் அப்படி நினைக்கலை. ஆனா, நான் வர்றது பிடிக்காத ஆபீஸர்களைப் பத்தித்தான் நான் சொல்றேன்.'

'அவங்களையெல்லாம் விட்டுத்தள்ளு. நீ என் நண்பன். நீ எப்பவும் எனக்கானவன். ஒரு காலகட்டத்துல பதவி உயர்வெல்லாம் ஒரு இமாலயமலையை மாதிரி கிடையாது. அது நம்மளைப்

பிரிச்சுடாது. இந்தச் சின்ன விஷயத்தையெல்லாம் கண்டுக்காம நீ சாயங்காலம் கட்டாயம் வா. வீட்டுல எல்லாரையும் அழைச்சுக்கிட்டு வா. எல்லாரும் வரணும்.'

வீட்டிற்கு திரும்பி வந்தனர். யாரும், எதுவுமே பேசவில்லை. தன் பெயர் பதவி உயர்வுப் பட்டியலில் இடம் பெறாதது, தன்னை மட்டுமன்றி வீட்டிலுள்ள அனைவருக்கும் மிகவும் வருத்தமளிக்கிறது என்பதை அவர் புரிந்துகொண்டார். பதவி உயர்வு பெற்றதால் பங்கா பாபு பொருளாதாரத்தில் அதிகம் உயர்ந்துவிடவில்லை. ஆனால் இருவருக்குமிடையே இப்போதிருக்கும் சமூக இடைவெளி மிகப்பெரியது. அந்த இடைவெளியை வீட்டிலுள்ள எவரும் ஒப்புக்கொள்ளத் தயாராக இல்லை. அதனால் அதை எவ்வாறு எதிர்கொள்வது என்பதை அனைவரும் எண்ணியவாறு இருந்தனர் இந்த இடைவெளியைச் சந்திக்க, தங்களை மனதளவில் தயார்படுத்திக்கொண்டிருந்தனர்.

வீட்டுக்குள் நுழைந்த பிறகு அவருடைய மனைவி, 'அவர் உங்க நண்பர். அதனால சாயங்காலம் நீங்க விருந்துக்குப் போங்க. ஆனா நாங்க யாரும் வர மாட்டோம்' என்றாள்.

'நாம போகலைன்னா பங்கா ரொம்ப வருத்தப்படுவான். எனக்கு புரொமோஷன் கிடைக்கலைன்னு, பொறாமையில நீங்க யாரும் வரல்லைன்னு பேசுவாங்க.'

'யார் என்ன நினைப்பாங்கன்னு எனக்கு எந்தக் கவலையும் இல்லை. அங்க போறதால எனக்கும், என் குழந்தைகளுக்கும் என்ன பாதிப்பு வரும்கறதுதான் என்னோட கவலை.'

'எனக்குத் தெரியும். என்னைவிட நீங்கல்லாம்தான் ரொம்ப வருத்தமா இருக்கீங்க. இருந்தாலும், நாம யதார்த்தத்தை ஒப்புக்கிட்டுதானே ஆகணும்?'

'உங்களுக்கு புரொமோஷன் கிடைக்கலை. ஆனா, அவருக்குக் கிடைச்சுடுச்சு. இதுதான் யதார்த்தம். அதை நாங்க ஏத்துக்கிட்டோம்.

அதுக்காக நாங்க உங்கமேல பழி போடவே இல்லை. ஆனா, உங்க நட்பைக் காரணம் காட்டி, அங்க போய் அவமானப்படறதுல எங்களுக்கு இஷ்டம் இல்லை.'

'அங்க யாராவது, ஏதாவது சொன்னாங்களா?'

'யாராவது ஏதாவது சொல்லணுமா என்ன... அவங்க நடவடிக்கைகளைப் பார்த்தாலே எல்லாம் மாறிடுச்சுன்னு தெரியலையா என்ன?'

'அவங்க நடவடிக்கை மாறிடுச்சுன்னு நீ நினைக்கறதுக்கு நம்முடைய தாழ்வு மனப்பான்மைதான் காரணம் இல்லையா?'

'சரி! இதைப் பத்தி என்னால இப்ப எதுவும் சொல்ல முடியாது.'

'வர மாட்டோம்னு நாங்க சொன்னா நாங்க வர மாட்டோம். அவ்வளவுதான். அவருக்கு என்ன தோணுதோ, தோணட்டும். நாங்க ஏன் வரலைன்னு பங்கா பாபு ஏதாவது கேட்டா, எங்களுக்கு உடம்பு சரியில்லைன்னு சொல்லிடுங்க. அவ்வளவுதான்.'

அந்த 'அவ்வளவுதான்' மிகவும் கூர்மையாக இருந்தது. விருந்துக்குப் போவது அல்லது போகாமல் இருப்பதைப் பற்றித் தன் மனைவியிடம் இதற்கு மேலும் தர்க்கம் செய்ய தேவபத்ரா விரும்பவில்லை. மாலையில் வேண்டுமென்றே விருந்திற்குச் சிறிது தாமதமாகவே சென்றார். அவர் போய்ச்சேருவதற்கு முன்பே எல்லாம் தயாராக இருந்தன. கோட்டும் சூட்டும் அணிந்தபடி பங்கபத்ரா, உயரதிகாரிகளை கவனிப்பதில் முனைப்பாக இருந்தார்.

விருந்தில் எதுவும் தவறு ஏற்பட்டுவிடக் கூடாது என்பதில் மிக கவனமாக இருந்ததால், தேவபத்ராவை ஒன்று அல்லது இரண்டு முறைதான் நேராக அவரால் கவனிக்க முடிந்தது. தேவபத்ராவைப் பார்க்கும்போதெல்லாம் அவரால், 'நல்லது. நல்லா எஞ்சாய் பண்ணு' என்று சொல்ல மட்டும்தான் அவரால் முடிந்தது.

'நான் மத்தவங்களைக் கவனிச்சுட்டு வர்றேன்.'

அன்று வேண்டுமென்றே தேவபத்ராவிடம் ஆங்கிலத்தில்தான் அவர் உரையாடினார். அதற்குக் காரணம், தன் உயரதிகாரிகளுக்கு மத்தியில் ஆங்கிலத்தில் தன்னுடைய புலமையைக் காண்பித்துக்கொள்வதற்காக அல்ல. ஆனால் ஒரிய மொழியில் பேசி, பழக்கதோஷத்தில் தேவபத்ரா தன்னை ஒருமையில் அழைத்துவிட்டால், அது அனைவருக்கும் தர்மசங்கடமாகிவிடும். அங்கிருக்கும் அதிகாரிகள் யாரும் ஓர் ஊழியர், அதிகாரியை ஒருமையில் அழைப்பதை ஒப்புக்கொள்ளவே மாட்டார்கள். ஊழியர்களுக்கும் அதிகாரிகளுக்கும் நடுவேயிருக்கும் இடைவெளி, வாகா பார்டரை ஒத்தது. தேவபத்ரா ஆங்கிலத்தில் பேசினால், 'நீயா' அல்லது 'நீங்களா' என்பது புரியாது.

தேவபத்ராவும், பங்கா பாபுவின் எண்ணத்தைப் புரிந்துகொண்டார். அதனால் விருந்து முழுவதும் அவரைத் தவிர்த்துக்கொண்டே வந்தார். விருந்து முடிந்ததும், அதிகாரிகள் ஒருவர் பின் ஒருவராகக் கிளம்பினார்கள். பங்கா பாபு ஒவ்வொருவரையும் தனித்தனியாகக் கவனித்து அனுப்பினார். விருந்து முடிந்து வீடு காலியானதும், தேவபத்ரா பங்கா பாபுவிடம் சென்று, 'இப்ப நான் கிளம்பலாமா?' என்று கேட்டார்.

பங்கா பாபு இப்போதுதான் தன்னிலைக்கு வந்திருந்தார். 'சாப்பிட்டியா?' என்று கேட்டார்.

'வந்தவுடனேயே சாப்பிட்டுட்டேன். எனக்கு குடிக்கிற பழக்கம் கிடையாதுன்னு உனக்குத் தெரியும். அதனால, நான் வேற ஏற்பாட்டை செஞ்சுக்கிட்டேன்.'

'நல்லது. அதுதான் சரி. விருந்து எப்பிடி இருந்துச்சு?'

'இன்னிக்கு விருந்து ரொம்ப அருமை. குறை சொல்றதுக்கு எதுவுமே இல்லை.'

'ஆமா. நான் என்னுடைய சீனியர் ஆபீஸர்களை கவனமா விருந்துக்குக் கூப்பிட்டதுக்கு ஒரு காரணம் இருக்கு. என் முழு

கவனத்தையும் அவங்ககிட்ட காமிக்கலாம். அவங்க சொன்னாதான் எனக்கு அடுத்தடுத்து பதவி உயர்வு வரும். அவங்க எல்லாரும் விருந்துல கலந்துக்கணும்னு எல்லா ஏற்பாடும் செஞ்சிருந்தேன்.'

'ஓ... அடுத்த புரொமோஷனுக்கு இப்பவே திட்டமிட ஆரம்பிச்சுட்டியா?'

'ஆமா. உனக்குத் தெரியாது. அந்த வழி ரொம்பக் கஷ்டம். ரொம்ப கவனமாக இருக்கணும், உனக்குத் திறமை இல்லைன்னு புரொமோஷன் கிடைக்காமப் போகலை. சீனியர் ஆபீஸர்களெல்லாம் உன்னை ஏத்துக்காமப் போனதால நீ பின்தங்கிட்டே. ஒரு நண்பனா நான் உனக்கு ஒண்ணு சொல்றேன்... அதை நீ ஏத்துப்பியா?'

'என்ன அது?'

'நீயும் ஒரு விருந்துக்கு ஏற்பாடு பண்ணு. அடுத்த இன்டர்வியூவுக்கு வரப்போற குழுத் தலைவர்களையும், மத்த ஆபீஸர்கள் எல்லாரையும் அந்த விருந்துக்குக் கூப்பிடு. அப்புறம் என்ன நடக்குதுன்னு பாரு.'

'ஹோட்டல்ல விருந்தா?'

'இல்லை. ஹோட்டல்ல வேணாம். வீட்டுலயே விருந்து வெக்கணும்.'

'உனக்கு எல்லாம் தெரியும். இருந்தும் நீ இப்பிடி எனக்குச் சொல்ற...'

'ஓ... உன் அப்பாவைப் பத்திச் சொல்ற இல்ல... வீட்டுல மதுபானம் புழங்குறதுல அவருக்கு இஷ்டம் இல்லை, இல்லையா... நான் சொன்னதைப் பத்தி நல்லா யோசனை செஞ்சு பாரு. அப்படி முடியலைன்னா வேற ஏதாவது செய்யலாம்.'

வீட்டுக்குத் திரும்பும்போது தேவபத்ரா யோசித்துக்கொண்டே வந்தார். பங்கா பதவி உயர்வு எப்படி வாங்குவது என்று அறிவுரை மட்டும் கூறினானே தவிர, 'ஏன் குழந்தைகள் வரவில்லை?' என்று ஒரு

தடவைகூடக் கேட்கவில்லை. அதேபோல், 'நீ சாப்பிட்டதை நான் பார்க்கவே இல்லை' என்றும் சொல்லவில்லை.

'நானும் குழந்தைகளும் விருந்துக்கு வரணும்னு நிஜமாகவே அவன் நினைச்சானா... அப்படின்னா என்னைப் பார்த்தவுடனே குழந்தைங்க எங்கேன்னு ஏன் அவன் கேட்கலை... அவனாவது உயரதிகாரிகளை கவனிக்கறதுலயே மும்முரமா இருந்தான். ஆனா, அவனோட மனைவி என்னைப் பலமுறை பார்த்தும், ஒரு தடவைகூட இதைப் பத்திக் கேட்கவே இல்லை.'

அவர் வீட்டுக்குத் திரும்பியபோது இரவு வெகு நேரமாகிவிட்டது. குழந்தைகள் உறங்கிவிட்டனர். அழைப்பு மணியை அடித்தவுடன், மனைவி தூக்கக் கலக்கத்துடன் வந்து கதவைத் திறந்துவிட்டு, மீண்டும் உறங்கச் சென்றுவிட்டாள். அப்பா, அவருடைய அறையில் இருமிக்கொண்டிருந்தார். தேவபத்ரா வந்துவிட்டதை அறிந்து, 'சாப்டியா?' என்று கேட்டார்.

அப்பாவின் அறையை நோக்கிச் சென்றார் தேவபத்ரா. 'இன்னும் தூங்கலையாப்பா?' என்று கேட்டார்.

'எனக்குத் தூக்கம் வரலை. தூக்கம் கண்ணைச் சுத்தும்போது இந்த இருமல் வந்து என்னைத் தொல்லை பண்ணுது. உன்னால அங்க சாப்பிட முடியாதுன்னு ஏதோ என் மனசுல தோணிக்கிட்டே இருந்துச்சு. அதனால எனக்குத் தூக்கம் வரலை.'

'என்னால அங்க சாப்பிட முடியாதுன்னு ஏன் நினைகப்பா?'

'உங்க அம்மா சாகும்போது நீ ரொம்பச் சின்னவன். அம்மாவும் அப்பாவுமா நான்தானே உன்னை ரொம்பப் பிரியத்தோட வளர்த்தேன்... அதனால எனக்கு உன் மனநிலை புரியாதா என்ன... புரொமோஷன் கிடைக்காதது உனக்குள்ள ரொம்பப் பெரிய பாதிப்பை ஏற்படுத்திடுச்சு. கொஞ்ச நாளா அமைதி இல்லாம இருக்கே. என்கிட்ட அதைப் பத்திச் சொல்லலைன்னாலும் அது எனக்குப் புரியாதா என்ன?'

‘புரிஞ்சாலும் அதைப் பத்தி உங்களால அதுக்காக என்ன செய்ய முடியும்ப்பா... உலகம் எங்கேயோ போயிடுச்சு. .உங்களுக்கோ, உங்க வயசையும் மனசையும் தாண்டி வளர முடியலை.’

‘ஆமா. நீ சொல்றது சரிதான். என்கிட்ட சில கொள்கைங்க வாழ்ந்து பொதைஞ்சு கிடக்கு. ஒரு புயலாலகூட அதை இடம்பெயர்க்க முடியாது. சரி! நீ சாப்பிடாம இருககே. ஏதாவது சாப்பிடு. இதைப்பத்தி நாம அப்புறம் பேசுவோம்.’

‘இல்லை! எனக்குச் சாப்பிட எதுவும் வேணாம். தண்ணி குடிச்சுட்டு தூங்கப்போறேன்.’

‘இது உனக்கு ரொம்பக் கஷ்டத்தை தர்ற விஷயம்தான். இருந்தாலும் உன் பொண்டாட்டியும் குழந்தைகளும் இதனால ரொம்ப உடைஞ்சுபோயிட்டாங்க. என் பேத்திங்க என்கிட்ட ‘தாத்தா, அப்பாவுக்கு புரொமோஷன் கிடைக்காததுக்கு நீங்கதான் காரணம்’னு நேரடியா குத்தம் சொல்றாங்க.’

‘அவங்க ஏன் நீங்கதான் பொறுப்புன்னு நினைக்கணும்?’

‘உயரப் போக என்னென்னல்லாம் இந்தச் சமூகத்துல நடக்குதோ, அதெல்லாம் இந்த வீட்டுல செய்ய முடியாது. அதுக்குக் காரணம் நான். அதனால நான்தான் பொறுப்பு. அவங்க பேசினதைக் கேட்ட பின்னால, என் பிடியிலருந்து, உன்னை விடுவிக்க நான் முடிவு பண்ணிட்டேன். என் கொள்கையை உன்மேல திணிக்க மாட்டேன். நீ எல்லாரும் போற பாதையிலேயே போய், மேலே போறதுக்கான வழியைப் பார்.’

சில நிமிடம் தேவபத்ரன் அமைதியாக இருந்தார். ‘சரி நீங்க போய் தூங்குங்க. நாம இதைப் பத்தி நாளைக்குப் பேசிக்கலாம்’ என்றார்.

இரவு விடிந்துவிட்டது. எப்போதும் போன்ற விடியல்தான். ஆனால் அவர் மனைவி கடந்த இரவின் தாக்கத்திலிருந்து மீளாமல் இருந்தாள். அவள் தேவபத்ரனை எழுப்பினாள். எப்போதும்போல

தேநீர் தரவில்லை. அதற்கு பதிலாகக் கேள்வி கேட்டாள். ‘உங்களுக்குத் டீ வேணுமா... இல்லை ஒரு கப் எலுமிச்சைச்சாறு தரவா?’

‘எலுமிச்சைச்சாறா... எதுக்காக?’

‘இல்லை! நேத்திக்கு ராத்திரி நீங்க ரொம்ப சாப்பிட்டுருப்பீங்க. அது செரிக்காம இருந்தா எலுமிச்சைச்சாறு உதவும். அதுக்காகக் கேட்டேன்.’

‘என்ன... என்னைப் பாத்துக் கிண்டல் பண்றியா?’

‘நான் ஏன் கிண்டல் பண்ணப்போறேன்... நீங்க எந்த விருந்துக்குப் போனாலும் இப்படித்தானே நடக்கும்... அதுக்காகத்தான் கேட்டேன்.’

‘சரி, போனாப் போட்டும். இப்ப எனக்கு டீ குடு.’

அதற்குப் பிறகு, அவருடைய மனைவி தேவபத்ரனுக்கு, தேநீர் கொண்டு வந்து கொடுத்தாள். தேவபத்ரன் தன் மனைவியிடம், ‘நேத்து ராத்திரி அப்பாகிட்ட ஏதாவது பேசினீங்களா?’ என்று கேட்டார்.

‘நான் ஏன் பேசப்போறேன்... குழந்தைங்கதான் அவர்கிட்ட ஏதோ கிண்டலடிச்சுக்கிட்டு இருந்தாங்க. அவங்க தாத்தாகிட்ட, காலம் ரொம்ப முன்னேறிடிச்சு, பழைய கொள்கையையும் மதிப்பைம் வெச்சுக்கிட்டு வாழ்ந்தா நம்மளால முன்னேறவே முடியாது. உங்க கொள்கையாலதான் அப்பாவுக்கு புரொமோஷன் போச்சு. ஆனா அதேசமயம், பங்கா மாமா மேலே போயிட்டாருன்னு பேசிக்கிட்டு இருந்தாங்க.’

‘குழந்தைங்க ஏன் இப்பிடி அப்பாகிட்ட பேசணும்?’

‘அவங்க பொய் எதுவும் சொல்லலியே!’

‘அப்படின்னா அவங்க பேசினதுல உனக்கு ஒப்புதல்தானா?’

‘நான் அவங்க பேசினதைச் சரின்னு சொல்லலை. ஆனா, அவங்க சொன்னது உண்மைதானே?’

‘அவங்க பேசினது அவருக்குக் கஷ்டமா இருந்ததோ என்னவோ... இப்போ தன்னோட கொள்கைகள்லேயிருந்து என்னை விடுவிச்சுட்டார். இனிமே நாம என்ன செய்யலாம்னு பார்க்கலாம்.’

‘பங்கா பாபுவின் வெற்றிக்குப் பின்னால என்ன காரணம் இருக்குன்னு உங்களுக்குத் தெரியுமா?’

‘என்ன?’

‘அவர் நிறைய விருந்து வெச்சு, சீனியர் ஆபீஸர் எல்லாரையும் அழைச்சு அவங்க மனசைக் குளிர வெச்சு, இந்த புரொமோஷனை வாங்கியிருக்கார்.’

‘நானும் அதே மாதிரி செய்யலாம்னு நினைக்கிறேன். நல்ல விஷயத்தை, சீக்கிரம் தொடங்கறது நல்லது. அடுத்த ஞாயித்துக்கிழமை இப்படி ஒரு விருந்தை நம்ம வீட்டில நாம ஏற்பாடு செஞ்சுடலாம்.’

‘அதுக்குள்ளயா... அப்பா இதுக்கு ஒத்துக்கிட்டதுக்குக் காரணமே, அவர் குழந்தைங்க வார்த்தையால மனசளவுல வருத்தப் பட்டிருக்கலாம். ஆனா அதுக்காக இத்தனை சீக்கிரமாவே விருந்துக்கு ஏற்பாடு செய்யணுமா?’

‘நான் அதுக்கு ஒண்ணு யோசிச்சு வெச்சுருக்கேன். விருந்து நடக்கும போது, அப்பாவை நம்ம வீட்டுக்கு வெளிய இருக்குற அவுட் ஹவுஸ்ல இருக்கச் சொல்லலாம். அப்படி செஞ்சா விருந்துல நடக்குற எதையும் அவர் கண்கொண்டு பார்க்க வேணாம்.’

‘உங்களுக்கு எது இஷ்டமோ, அதைச் செய்யுங்க. ஆனா, நல்லா யோசித்து சரியான வழியில செய்யுங்க. ஏன்னா, வயசான காலத்துல அவருக்கு மனக்கஷ்டம் வந்துடக்கூடாது.’

குறித்தபடியே தேவபத்ரன் ஒரு விருந்திற்கு ஏற்பாடு செய்தார். அவர், தன் பதவி உயர்வுக்கு யார், யார் காரணமாக இருப்பார்களோ... அந்த அதிகாரிகளை கவனமாகத் தேர்ந்தெடுத்து. விருந்திற்கு அழைப்பு விடுத்தார்.

பொது மேலாளருக்கு, சிறப்பு அழைப்பை விடுத்தார்.

விருந்து மிகவும் கவனத்துடன், அனைத்து அம்சங்களுடன் தயார் செய்யப்பட்டது. அழைத்த அனைவரும் குறித்த நேரத்தில் விருந்திற்கு வந்தனர்.

பொது மேலாளர் வருவதற்கு ஒப்புக்கொண்டதால், அவருடைய வருகைக்காக அனைவரும் காத்துக்கொண்டிருந்தனர். அவர் வருவதற்குச் சிறிது நேரம் ஆனாலும், அதைப் பற்றி ஒருவரும் பெரிதாக அலட்டிக்கொள்ளவில்லை.

அவர் வந்தவுடன் அவர் வரவேற்பறைக்குள் அழைத்துச் செல்லப்பட்டார். அந்த அறை மிகவும் கவனத்துடன் அலங்கரிக்கப்பட்டிருந்தது. அவர் அமர்ந்துகொண்டு அந்த அறையைச் சுற்றி ஒரு நோட்டமிட்டார். அவர் முகத்தில் திருப்தி மிளிர்ந்தது. விருந்திற்காகச் செய்யப்பட்ட ஏற்பாடுகளும், விருந்தோம்பலும் அவருக்கு மிகவும் மகிழ்ச்சி அளித்திருக்க வேண்டும். அவர் அறையை நன்கு பார்த்தபோது ஒரு விநாடி அதிர்ச்சியடைந்தவர்போல் எழுந்து சுவரின் அருகில் சென்றார்., அங்கிருப்பதை மிகவும் கவனத்துடன் உற்று நோக்கிவிட்டு, 'இந்தப் புகைப்படம்...' என்று கேட்டார்.

தேவபத்ரன் பயந்துபோனார். தன் மனைவி கூறியதைக் கேட்டிருந்தால் நன்றாக இருந்திருக்கும் என்று அவருக்குத் தோன்றியது. காலையில் வரவேற்பறையை அலங்கரிக்கும்போது, அவருடைய மனைவி அங்கு தொங்கிக்கொண்டிருந்த அவருடைய அப்பாவின் பழைய புகைப்படத்தை அங்கிருந்து எடுத்துவிடலாம் என்று கூறினாள். ஆனால் தேவபத்ரன் அதைக் கூடாது என்று தடுத்துவிட்டார்.. தன் அப்பாவுக்கு அவருடைய படத்தையும் வீட்டிலிருந்து அகற்றிவிட்டார்கள் என்ற செய்தி தெரிந்தால், அது அவருக்கு ஒரு மரண அடியாக விழுந்துவிடும். ஆனால், அவர் எதற்கு பயந்தாரோ, அதுவே நடந்துவிட்டது.

‘இந்தப் புகைப்படம்... இந்த போட்டோ விஸ்வா சாருடையதுதானே... நீங்களும் அவருடைய மாணவனா?’ என்று பொது மேலாளர் தேவபத்ரனிடம் விசாரித்தார். தேவபத்ரனுக்கு அவர் தன் அப்பாதான் என்று சொல்ல தைரியம் வரவில்லை.

பொது மேலாளர் அந்த படத்திற்கு முன்னால் தன் கைகளைக் கூப்பி வணங்கினார். அவர் தன்னைச் சுற்றி நின்றிருக்கும் அதிகாரிகளைப் பார்த்து, உங்க எல்லாருக்கும் இந்தப் புகைப்படத்துல இருக்குற நபரோட எனக்கு என்ன தொடர்புன்னு தெரிய வாய்ப்பில்லை. என்னைப் பொறுத்தவரை அவர் எனக்கு ஆசிரியர் மட்டுமில்லை, ஒரு அப்பாவும்தான். இன்னிக்கு நான் என்னவாக இருக்கிறேனோ அது அவரால... அவரை மாதிரி ஒரு ஆசிரியரைப் பார்க்கறது ரொம்பக் கஷ்டம்.. ஆனா அவர் சொன்ன லட்சியத்தை அடைஞ்ச ஒரு மாணவன் நான். ஆனால ஜெயிச்ச பிறகு அவரைச் சந்திக்க முடியாமப்போன அதிர்ஷ்டம் இல்லாதவன்.

என் குடும்பக் கதை உங்க யாருக்கும் தெரியாது. என் அப்பா பேரு மாத்பூர் சன்னா சேத்தி. என் பேரு பாயா சேத்தி. சார்தான் எங்க கிராமத்து வாத்தியார். அவர் எப்பவும் நல்ல வெள்ளை வேட்டியும், குர்தாவும் போட்டிருப்பார். எனக்குத் தெரிஞ்ச வரைக்கும் அவரோட உடையில கொஞ்சம்கூட அழுக்கு இருக்காது. அவரோட வெள்ளையான உடை மாதிரியே அவருடைய குணமும் இருக்கும்.

அவரோட உடை அழுக்கில்லாம இருக்கக் காரணம் என் அப்பாதான். அவர் அந்த கிராமத்து வண்ணான். சின்னவனா நான் இருந்தபோது பல சமயங்கள்ல பள்ளிக்கூடத்துலயே இருந்த அவருடைய வீட்டுக்குப் போய் துவைச்சு, இஸ்திரி போட்டு துணியை அவர்கிட்ட குடுத்துட்டு அழுக்குத்துணியை வாங்கிகிட்டு வருவார் என் அப்பா. அவர் தொழிலை நானும் கத்துக்கணும்னு என்னையும் அவரோட கூட்டிக்கிட்டுப் போவார். ஆனா நானோ, அந்தப் பள்ளிக்கூடத்துல இருக்குற பூச்செடிகளைப் பார்க்கவும், மரத்தைப் பார்க்கவும்தான் போவேன். அங்க குழந்தைங்க படிக்கறதை வேடிக்கை பார்க்க எனக்கு ரொம்பப் பிடிக்கும்.

நான் அப்பாவோட அடிக்கடி அங்க போனதால, எனக்கு வாத்தியாரோட நல்ல பழக்கம். என் அப்பா துணியைக் குடுத்துட்டு பழந்துணியை வாங்கறதுக்குள்ள, நான் அவங்களுக்குத் தெரியாம பக்கத்துல இருக்குற வகுப்பறைக்குப் போயிடுவேன். வாசல்ல நின்னு அங்க கதவோட இடைவெளி வழியா பசங்க எப்படிப் படிக்கிறாங்கன்னு பார்ப்பேன். எனக்கும் அப்படிப் படிக்கணும்னு ஆசை.

துணி மூட்டையை தலையில வெச்சுக்கிட்டு, என் அப்பா,

'பையா... பையா... எங்க இருக்க... வா, நேரமாகுது'னு கூப்புடுவார். நானோ, பசங்க படிக்கறதைப் பார்த்து மெய்மறந்து நிப்பேன். அவர் கூப்பிடுறது என் காதுக்குக் கேக்காது.

ஒருநாள், பசங்க படிக்கறதைப் பார்த்து மெய்மறந்து நின்னுக்கிட்டு இருக்கும்போது, சார் என் பக்கத்துல நின்னு என்னை கவனிச்சுக்கிட்டே இருந்தார். என்னோட அப்பா சத்தமா என்னைக் கூப்பிட்டபடி வந்து, வேகமா என் கையைப் பிடிச்சு வீட்டுக்குப் போக இழுத்தார். அப்போ நான் ஏதோ ஒரு கனவு உலகத்துலயிருந்து எந்திரிச்சவன் மாதிரி அதிர்ச்சியா நின்னுக்கிட்டு இருந்தேன்.

என் அப்பாவையும், சாரையும் ஒண்ணாப் பார்த்தவுடனே, குதிச்சு ஓடிடலாம்னு நினைச்சேன். ஆனா அப்பா என் கையைப் பிடிச்சுக்கிட்டு இருந்தாரு. சார், என்கிட்ட 'உனக்கு படிக்க ஆசையாக இருக்கா?'ன்னு கேட்டார். நான் பதில் சொல்லலை. அவர் திரும்பி என் அப்பாகிட்ட 'சனாதன், அவனை ஏன் படிக்க வெக்கக் கூடாது?'ன்னு கேட்டார்.

தன் நிலைமையைச் சொல்லி என் அப்பா மெதுவான குரலில் பதில் சொன்னார். 'அவன் படிப்புக்கான செலவை என்னால எப்படிச் செய்ய முடியும்.... படிச்சு அவன் என்ன செய்யப்போறான்... அவன் ஒரு அதிகாரியா இல்லை ஆசிரியரா ஆக முடியுமா... சின்ன வயசுலயிருந்தே இந்தத் தொழிலைக் கத்துகிட்டாதான் நாளைக்கு அவனால பொழைக்க முடியும்'னு சொன்னாரு.

‘இல்லை சனா. உன் பையனுக்குப் படிக்க ஆசை இருக்குன்னு நான் நினைக்கறேன். நல்லா படிச்சா, வாழ்க்கையில முன்னேறுவான். சரி! படிப்புக்காகுற செலவைப் பத்தி உனக்கு பயம்னா அந்தப் பொறுப்பு என்னுடையது’னு சொன்னார்.

அப்புறம் சார் என்னைப் பார்த்து, ‘உன் படிப்பு நாளையிலயிருந்து தொடங்கப்போகுது. வியாழக்கிழமை படிப்பை ஆரம்பிக்க மிக அருமையான நாள். நாளைக்கு வியாழன். நீ வந்து பள்ளிக்கூடத்துல சேர்ந்துக்கோ. நாளையிலருந்து நீ பள்ளிக்கூட விடுதியிலயே தங்கிக்கலாம். நான் உனக்குப் பாடம் சொல்லித் தர்றேன். சம்மதமா?’னு கேட்டார்.

எனக்கு நடந்த எதையும் நம்பவே முடியலை. ஆனா, அடுத்த நாள் என் பேரு பள்ளிகூடப் பதிவேட்டுல சேர்க்கப்பட்டிருந்துச்சு. பள்ளியில என் பேரை எழுதுறப்போ, சார் என் அப்பாகிட்ட, என்னோட உண்மையான பேரு என்னன்னு கேட்டார். என் அப்பா ‘கூப்பிடற பேரு, உண்மையான பேருன்னு ரெண்டு பேரு இருக்கு. நாங்க அவனை ‘பையா’ன்னு கூப்பிடுறோம். பையா சேத்தின்னோ, இல்லை பைதார் சேத்தின்னோ எழுதிகோங்க’ன்னு சொன்னார்.

ஆனா சார், ‘இல்லை இவன் பேரு பையா சேத்தியோ, பைதார் சேத்தியோ இல்லை. இன்னிலேருந்து இவனுக்கு ‘ஏகலைவா சேத்தி’ன்னு பேரு‘ன்னு சொன்னார்.

அன்னிலருந்து என் பேரு ‘ஏகலைவா’ன்னு ஆச்சு. அவர் என் குருவான துரோணரானார். அவரோட பள்ளிக்கூடத்துல ஏழாம் வகுப்பு வரைதான் இருந்துச்சு. எங்க கிராமத்துலருந்து அஞ்சு கிலோமீட்டர் தொலைவுலதான் உயர்நிலைப்பள்ளி இருந்துச்சு. எங்க சாருக்கு, எங்க ஏழ்மையால, என் படிப்பு பாதியில நின்னுபோயிடுமோன்னு ரொம்ப பயமாக இருந்துச்சு. அதனால மாணவனோட படிப்புச் செலவையும் ஏத்துக்கிட்டு, உதவித்தொகையும் தர அந்த அரசுப்பள்ளியில நான் சேர என்னை எல்லா விதத்துலயும் தயார்படுத்தினார்.

தன்னோட திறமை எல்லாத்தையும் எனக்குள்ள புகட்டினார். சார் என்மேல வெச்சிருந்த நம்பிக்கையை நான் ஒருநாளும் குலைச்சதே இல்லை. ஏழாம் வகுப்புல அந்த அரசாங்கப்பள்ளியில படிக்க உதவித்தொகை மட்டுமில்லாம, தேசிய அளவுலயும் உதவித்தொகை வாங்கி, கட்டாக்குக்குப் போய் உயர்கல்வி படிச்சேன். அன்னியிலருந்து என் வாழ்க்கையில முன்னேற்றம்தான்.

மெட்ரிகுலேஷன் படிப்பை முடிச்சுட்டு, கல்லூரியில சேர்ந்தேன். அதுக்கு அப்புறம் பொறியியல் கல்லூரியில படிச்சேன். என் படிப்பு முழுசையும் உதவித்தொகை வாங்கித்தான் படிச்சேன். அதுக்கு அப்புறம் இந்த வேலையில சேர்ந்தேன்.

'இப்ப சொல்லுங்க... நீங்களும் சாரோட மாணவரா... நான் இப்பவும் அவரோட் மாணவன்தான். இன்னிக்கு வரைக்கும் அவரோட கொள்கையையும் நெறிமுறையையும் நான் ரொம்ப மதிக்கிறேன். அவர் என்னோட ஆசிரியர் மட்டுமில்ல, நான் திரும்ப பிறந்ததுக்கான காரணம். அன்னிக்கு மட்டும் அவர் இல்லாம இருந்திருந்தா, நான் இன்னைக்கு அழுக்கு மூட்டையைச் சுமந்துக்கிட்டு, ஆத்தங்கரையில துணி தோய்ச்சுக்கிட்டு இருந்திருப்பேன்.'

'அந்த ஆசிரியர்தான் என் அப்பா சார்.'

'அவர் உங்க அப்பாவா... இப்போ எங்கே இருக்கார்?'

'அவர், இங்கதான் என்னோட இருக்கார்.'

'தயவுசெஞ்சு என்னை அவர்கிட்ட அழைச்சுட்டுப் போங்க.'

தேவபத்ரன் குழம்பினார். பொதுமேலாளரை, அப்பா தங்கியிருக்கும் அவுட்ஹவுஸுக்கு அழைத்துச் செல்வதா... இல்லை, தன் அப்பாவை இங்கு அழைத்து வருவதா?

விருந்துக்கு ஏற்பாடுகள் செய்திருக்கும்போது, இங்கு அப்பாவை எப்படி அழைத்து வருவது... பொதுமேலாளர் 'வாங்க! சாரை ஒரு

தடவையாவது நான் பார்க்கணும். அதுக்கு அப்புறம் விருந்தைப் பத்தி யோசிக்கலாம்' என்றார்.

பொதுமேலாளரை அழைத்துக்கொண்டு, அவுட் ஹவுஸுக்குச் செல்லும்போது தூரத்திலிருந்து மந்திரம் ஒலித்தது.

ஓம் ஈசானுசாசனம் ஸ்வீகரிஸ்யாமி

ஓம் மர்யாதம் ஆச்சார்யஸ்யாமி

ஓம் பர்யாம் ந ஆச்சார்யஸ்யாமி

தேவபத்ரன் அப்பாவின் அருகில் சென்று, 'அப்பா, எங்க பொதுமேலாளர் உங்களைப் பார்க்க வந்திருக்கார்' என்றார்.

மந்திரம் கூறுவதைச் சிறிது நிறுத்திவிட்டு, அவர் கண்களை மெதுவாகத் திறந்து பார்த்தார். பொதுமேலாளர் அவர் அருகில் சென்று, 'சார்! நான் ஏகலைவா. ஏகலைவா சேத்தி. உங்களைப் பார்க்க வந்திருக்கேன்' என்றார்.

விஸ்வபாபு முழுவதுமாகக் கண்களைத் திறந்து, 'ஏகலைவா! எப்படி நீ திடீர்னு இங்கே வந்த?' என்று கேட்டார்.

'தேவபத்ரன் பாபுவின் அழைப்பை ஏத்து இங்க வந்திருக்கேன் சார். வந்ததும்தான், அவர் உங்க மகன்னும், நீங்க இங்க தங்கி இருக்கீங்கன்னும் தெரிஞ்சுது.'

'ஓஹ்!' என்றபடி விஸ்வபாபு அமைதியாகிவிட்டார். கோட்டும் சூட்டும் அணிந்திருந்த ஏகலைவ பாபு அவர் முன் சாஷ்டாங்கமாக விழுந்து வணங்கினார்.

அவர் தலையை அன்புடன் கோதி, 'நல்லா இருக்கியா?' என்று கேட்டார் விஸ்வபாபு.

'உங்க ஆசியில நான் ரொம்ப சௌக்கியமா இருக்கேன். நீங்க கத்துக்குடுத்த பாடத்தாலயும், கொள்கையாலயும்தான் நான் வாழ்க்கையில இந்த அளவுக்கு வளந்திருக்கேன். உங்களை இன்னிக்குப் பார்த்ததுக்கு நான் ரொம்பக் குடுத்து வெச்சுருக்கேன்.'

'நீ இன்னைக்கு என்னைப் பார்க்காம இருந்திருந்தா நல்லா இருந்திருக்கும். ஏன்னா, இந்தச் சந்திப்பால நீ வேறவிதமா சந்திச்ச ஆசிரியர், உன் மனசுல ஒருவிதத்தில இருக்குற ஆசிரியர், உன் மனசுல கவனமாக பொதிஞ்சு வெச்சுருக்குற ஆசிரியரோட பிம்பம் இன்னைக்கு மாறிடுச்சுன்னு நினைக்கிறப்போ அதிர்ச்சியா இருக்கும். ஏகலைவனைப்போல ஒரு சிஷ்யனை உருவாக்க முடிஞ்ச ஒரு குருவால, தன் மற்ற மாணவங்க, சபையில திரெளபதியை வஸ்திராபஹரணம் செஞ்சதை எந்த ஆட்சேபனையும் இல்லாம பார்த்துக்கிட்டு இருக்க முடிஞ்சது. அதைப் பார்த்த பிறகு, உன் குருவின் மேல உனக்கு என்ன மரியாதை இருக்கும்?'

'இல்லை சார்! அப்படி எதுவும் இங்கே நடக்கலை.'

'காலம் மாறிடுச்சு ஏகலைவா. கால மாற்றத்தால ஒரு ஆசிரியரோட பாடமும் கொள்கையும்கூட மாறணும். அதைத்தான் நான் இன்னிக்கு உணர்ந்துக்கிட்டேன். இல்லைன்னா, வீட்டை ஒரு கோயிலைப்போல வெச்சுக்கணும்னு கத்துத் தந்த ஒரு குரு, எதுக்காகத் தன் வாழ்நாளிலேயே தன் வீடு, மது குடிச்சு கொண்டாட்டம்போடுற ஒரு இடமா மாறுறதைப் பாத்துக்கிட்டு ஏன் இருக்கணும்?'

ஏகலைவா, தேவபத்ரனைத் திரும்பிப் பார்த்தார். அந்த ஒரு பார்வையே அவர் என்ன கூற விரும்புகிறார் என்பதை உணர்த்தியது.

பட்டென்று வீட்டில் ஒலித்துக்கொண்டிருந்த மெல்லிசை நின்றது. அங்கு மது அருந்துவதற்கு மெல்லத் தயாரான சூழல் மாறியது. பளிச்சென்று எரிந்துகொண்டிருந்த விளக்குகள் நிறுத்தப்பட்டன. யாரும் எதுவும் சொல்லாவிட்டாலும், அந்தச் சூழல் ஒரு ஒழுங்குக்குள் கட்டுப்பட்டதுபோல் ஆனது. குடிப்பதற்காகத் திறந்து வைக்கப்பட்டிருந்த வெளிநாட்டு மதுக் குப்பிகளும், கோப்பைகளும் மறைந்தன .ஒரு கோயிலைப்போல அமைதியும் புனிதமும் அந்த இடத்தில் பரவின.

'சார் நான் வரும்போது நீங்க ஏதோ ஒரு மந்திரத்தைச் சொல்லிக்கிட்டு இருந்தீங்க... ஒலிதான் பிரம்மான்னும் அதோட சக்தி

அளக்க முடியாததுன்னும் எங்களுக்குச் சொல்லித் தந்தீங்க. நீங்க உச்சரிக்கிற அந்த புனித வார்த்தைமேல உங்களுக்கு அத்தனை நம்பிக்கை இருக்கும். ஒரு சத்குருவோட நல்ல நினைவுகளுக்கு எப்படில் கைமாறு இல்லாமப் போகும்... வீட்டுக்குள்ள வந்து பாருங்க. எந்த ஒரு தேவையில்லாததும் அங்கே நடக்கலை.'

அவுட் ஹவுஸிலிருந்து சார் வெளியே வந்தார். தூரத்தில் மந்திரம் ஒலித்துக்கொண்டிருந்தது.

ஓம் பூர் புவஸ்ஸுவஹா

பர்கோ தேயஸ்ய தீமஹி

தியோயோன ப்ரசோதயாது...

கருணையுடனும், அமைதியுடனும், மகிழ்ச்சியுடனும் சார் அவர்களிடம், 'நீங்க ஏதாவது சாப்டீங்களா?' என்றார்.

'இல்லை சார்! யாரும் எதுவும் சாப்பிடலை .எல்லாரும் நீங்க வரணும்னு காத்துக்கிட்டு இருக்காங்க' என்றார்கள். கொண்டாட்டம், கோலாகலமாக மாறிவிட்டது. அனைவரும் உணவருந்திவிட்டுக் கிளம்பத் தொடங்கியபோது, பொது மேலாளரும் கிளம்ப ஆயத்தமானார். அவர் கிளம்பும் சமயத்தில்

'என்னோட அதிர்ஷ்டம், உங்களைப் பார்க்க ஒரு வாய்ப்பு கிடைச்சுது. நீங்க எனக்கு அனுமதி கொடுத்தா, என் ஆசிரியரோட கருணைக்கு என்னால முடிஞ்சதைத் திருப்பிச் செய்வேன். அதுக்கு ஒரு வாய்ப்பை குடுக்கணும்' என்றார் தேவபத்ரன்.

'நான் குரு துரோணாச்சாரியார் இல்லை. நான் ஒரு மண் துரோணர். நீ வந்ததால நான் இத்தனை நாளா பாதுகாத்து வெச்சிருந்த கொள்கையையும் நெறியையும் காப்பாத்திட்டேன். அதைப் போய் சின்ன குருதட்சணைன்னு நினைக்கிறியா... அதைவிடப் பெரிய குருதட்சணை இருக்க முடியுமா?'

'ஒருசமயம் கிருஷ்ணனுக்குப் பரிசா குடுத்த திரௌபதியோட புடவையின் ஓரம் ஆயிரக்கணக்கான உடைகளா பெருகினதுபோல

இன்னிக்கு நான் உணர்ந்தேன். இதுக்கு மேல என்னால என்ன கேட்க முடியும்... உனக்கு ஆசீர்வாதம் செய்யறதை மட்டுமே என்னால செய்ய முடியும். உனக்கு எப்பவும் வாழ்க்கையில எல்லா வளமும் நலனும் நிறைஞ்சு இருக்கணும்.'

பொது மேலாளர், மீண்டும் ஆசிரியரின் காலில் விழுந்து வணங்கிவிட்டு விடைபெற்றார். அவர் சென்ற பிறகு தேவபத்ரன் தன் அப்பாவின் காலடியில் அமர்ந்து மனம் வருந்தி அழுதார்.

'என்னை மன்னிச்சுடுங்கப்பா, மன்னிச்சுடுங்க.' அவருடைய தலையை வாஞ்சையுடன் கோதியபடி அப்பா சொன்னார்... 'ஹே! முட்டாப் பயலே... நேரம் ஆகிடுச்சு. போய் தூங்குற வழியைப் பாரு.'

மாயையின் வரைபடம்

எனக்கு விநோதமான ஒரு போதை இருந்தது. என்னுள் நிரம்பி வழிந்ததோடு மட்டுமல்லாமல், எனக்குக் கிளர்ச்சியையும் அது கொடுத்தது. ஒரு கலைஞனாக வேண்டுமென்று நான் விரும்பினேன். கலைஞன் என்றால் சாதாரணக் கலைஞன் அல்ல. பிக்காசோபோலவும், டாவின்சிபோலவும், எம்.எஃப்.உசேனைப் போலவும் ஆக விரும்பினேன். ஒரு கலைஞனுக்கு, பணத்தோடு புகழும் சேர்ந்து வரும். என்னுடைய ஓவியங்களைக் காட்சிப்படுத்துவார்கள். பல நாடுகளில் என் ஓவியங்களின் புகழைப் பரப்புவார்கள். அதை பிரபலப்படுத்துவார்கள். பல தொழிலதிபர்களும், பண முதலைகளும், சினிமா நடிகர்களும், கிரிக்கெட் வீரர்களும் என் ஓவியங்களை வாங்குவதற்காக நீண்டதொரு வரிசையில் காத்திருப்பார்கள்.

ஓர் ஓவியத்தின் விலை, சாதாரண ஒரு மனிதனை அதிர்ச்சியில் ஆழ்த்தக்கூடும். சிலர் அவர்கள் வாழ்நாள் முழுவதும் சேர்த்த ஒரு

தொகையைவைத்து என் ஓவியம் ஒன்றைக்கூட வாங்க முடியாது என்று நினைப்பார்கள்.

ஆனால், என்னுடைய கனவுகள் அடுத்த நிமிடமே உடைந்துவிடும். ஓவியத்தைப் பற்றிச் சிறிதளவுகூட தெரியாத இந்தக் கிராமத்தில் இருக்கும் மக்களும், என் நண்பர்களும் என்னிடம் ஏதோவொரு தேவ குணம் இருக்கிறது என்று நம்பிக்கொண்டிருக்கின்றனர். சரி! நான் ஒப்புக்கொள்கிறேன்... என்னிடம் ஏதோ இருக்கிறது. ஆனால், ஒருவன் ஒரு நபரின் படத்தையோ அல்லது மரத்தையோ, செடிகளையோ, இயற்கைக் காட்சிகளையோ வரைந்தால் அவன் ஒரு கலைஞனாக ஆகிவிட முடியுமா... நான் இதுவரை பார்த்த கலைஞர்களில் ஒருவர்கூட அச்சடித்தபடி வரைந்திருப்பதாக எனக்குத் தோன்றியதே இல்லை.

சில ஓவியங்களைப் பார்த்தால் தலை எது, வால் எது என்பதுகூடத் தெரியாது. ஆனால், அந்த ஓவியங்களைப் பற்றி உலகம் முழுவதும் புகழ்ந்து பேசப்படுகின்றன. அந்த ஓவியங்கள்

லட்சக்கணக்கான டாலரில் விலைக்கு விற்கப்படுகின்றன. ஏன் மோனலிசா ஓவியத்தைப் பார்த்துக்கூட, அதனுடைய தனித்தன்மை எனக்குப் புரிபடவே இல்லை. உலகம் முழுவதும் எந்த ஒரு புன்னகையைப் புகழ்ந்து தள்ளுகிறதோ, எனக்கு அது ஒரு சோகையான நோயாளியின் புன்னகைபோலத் தோன்றியது. அல்லது அது கணவனை இழந்த ஒரு பெண், தன் கைம்மை நிலையைத் தாங்க முடியாமல், போலியாகப் புன்னகை சிந்துவதுபோலத் தோன்றுகிறது. இந்தச் சிந்தனைகளையெல்லாம் நான் என்னுள்ளேயே வைத்துக்கொண்டிருக்கிறேன். இதை நான் எந்தச் சமயத்திலும், யாரிடமும் சொல்வதேயில்லை. உலகப் புகழ்பெற்ற ஓவியர் ஒருவரின் ஓவியத்தைப் பற்றி இத்தகைய ஒரு கருத்தை நான் வெளியே சொன்னால், அது என் அறியாமையைப் பறைசாற்றுவதுபோல இருக்குமென எனக்குத் தெரியும்.

என்னுடைய படைப்புத்திறன் கடவுள் கொடுத்தது என்று மக்கள் நம்புகிறார்கள். அப்படியென்றால், அந்தத் திறனை நான் ஏன் என் தொழிலாக மாற்றிக்கொள்ளக் கூடாது... அதில் என்ன தவறு இருக்கிறது?

ஆனால், என் திறமையை எவ்வாறு என் பேரார்வமாகவும், தொழிலாகவும் மாற்றிக்கொள்வது என்பதுதான் எனக்குத் தெரியவில்லை. இந்தச் சிந்தனை என்னுள் எழுந்து, என்னைப் பித்துப்பிடித்தவனைப்போல ஆக்கிவிட்டது. என் மனநிலையைக் கண்டுகொண்ட நகரத்தில் வாழும் என் பால்ய கால தோழன் ஒருவன் தீர்மானமாக என்னிடம் சொன்னான்... 'இப்பல்லாம் ஓவியங்களுக்கு நிறைய தேவை இருக்கு. ஆனா அதுக்காக நீ கிராமத்தைவிட்டு நகரத்திற்கு வரணும். நீ வந்து மத்தவங்க கவனத்தை ஈர்க்கத் தொடங்கிட்டா, அப்புறம் உன்னால நிறுத்தவே முடியாது. நீ பிரபலமா ஆன பிறகு காசும் அதிகாரமும் சேர்ந்து உன்கிட்ட வந்துடும். நகரத்துக்கு வந்துடு. உன் அதிர்ஷ்டத்தோட சண்டைபோடு. உனக்குன்னு ஒரு குருவைக் கண்டுபிடி. உன் லட்சியத்தை அடைய அவர் சரியான வழியைக் காமிக்கட்டும். ரொம்பப் பிரபலமான ஓவியன்னு பேர், வணிகரீதியாகவும் நீ ஒரு ஓவியனா ஆகிடலாம். அதுக்கு அப்புறம் உனக்கு பணத்தட்டுப்பாடே இருக்காது,'

என் நண்பனின் வார்த்தைகளைக் கேட்ட பிறகு என் உணர்ச்சிகள் பொங்கத் தொடங்கின.

சிறிதளவு பணத்துடன் நகரத்தை நோக்கிப் பயணித்தேன். ஏதோ ஓர் ஆர்வத்தில் நகரத்திற்கு வந்து சேர்ந்துவிட்டேன். ஆனால், அங்கு தங்குவதற்கு இடம் கிடைப்பது தான் முதன்மையான, மிகப்பெரிய சவாலாக இருந்தது. குறைந்த வாடகையில் இடம் தேடி நான் நகரம் முழுவதும் சுற்றியலைந்தேன். நகரம் முழுவதும் வாடகைக்கு இடங்கள் இருந்தன. ஆனால், எனக்கு வேலை இல்லாததும், திருமணமாகாத ஓர் இளைஞனுக்கு இடத்தை வாடகைக்கு விடுவதிலும் யாருக்கும் விருப்பமில்லாமல் இருந்தது. தேநீர்க்

கடைக்காரரிடமும், வெற்றிலை பாக்கு விற்கும் வியாபாரியிடமும், ஒரு தரகரிடமும், பார்க்கும் அனைவரிடமும் எனக்கு வாடகைக்கு ஓர் இடம் பார்க்குமாறு வேண்டுகோள் விடுத்தேன். ஆனால், யாருக்கும் எனக்கு இடத்தை வாடகைக்கு விடுவதில் விருப்பமே இல்லை. நான் அவர்களுக்கு மாதா மாதம் வாடகை தருவேனா என்று அவர்கள் சந்தேகித்தனர். இறுதியாக ஒரு தரகர், 'உங்களுக்கோ எந்த வேலையும் இல்லை. அப்புறம் நீங்க ஏன் வாடகைக்கு வீடு தேடுறீங்க... சௌத்ரியைப் போய்ப் பாருங்க. அவர்கிட்ட நிறைய காலி வீடு இருக்கு. அவரைக் கேட்டா அதுல ஒண்ணை உங்களுக்கு வாடகைக்குவிடச் சம்மதிப்பார். அவருக்கும் உங்களை மாதிரி ஒரு நண்பரும் தேவைப்படுவார்' என்றார்.

'சௌத்ரியா... எந்த சௌத்ரி?'

'அவரோட முழுப் பெயரெல்லாம் தெரிஞ்சுக்க அவசியம் கிடையாது. நீங்க யாரைக் கேட்டாலும் ராய் சௌத்ரி வீடுன்னா வழி சொல்லிடுவாங்க.'

அப்போது அந்தத் தரகர் என்னைக் கிண்டல் செய்கிறார் என்பதை நான் உணரவில்லை. அவர் கூறிய வார்த்தைகளை உண்மை என்று நம்பி நான் சௌத்ரியின் வீட்டைத் தேடி அலைந்தேன். அவருடைய வீட்டின் வாயில் கதவையும் அடைந்துவிட்டேன். அங்கு சென்ற பிறகு எனக்குத் திகைப்பாக இருந்தது. நான் இப்போது எங்கே இருக்கிறேன்... இது ஒரு வீடு அல்ல, இது ஓர் அரண்மனை. இதில் வசிக்க நான் எப்படிப் பொருத்தமாக இருப்பேன்... வாயில் கதவின் அருகே நின்று நான் இங்குமங்கும் நோட்டமிட்டேன். யாரையாவது பார்த்தால் அங்கு வாடகைக்கு வீடு கிடைக்குமா என்று கேட்கலாம். ஆனால் அங்கு யாருமே இல்லை. அந்தக் கதவைத் தட்டவும் எனக்குத் தைரியம் வரவில்லை. சிறிது நேரம் அங்கேயே நின்றிருந்தேன். பிறகு கதவைத் தட்டலாம் என்று நினைத்தபோது, திடீரென அந்த வீட்டுக்குள்ளிரிந்து ஓர் அல்சேஷன் நாயின் உறுமல்

கேட்டது. அது நேராகக் கதவை நோக்கி ஓடி வந்தது. 'ஜாக்... ஜாக்...' என்று அழைத்தபடி ஒரு முதியவர் அதைத் தொடர்ந்து ஓடிவந்தார்.

கதவின் அருகில் நான் நின்றுகொண்டிருப்பதைப் பார்த்து அவர் என்னிடம், 'யாரையாவது பாக்கணுமா?' என்று கேட்டார்.

அவர் கேள்விக்கு பதில் கூற விரும்பி குழப்பத்தில், 'நான் யாரையும் பார்க்க வரலை. வாடகைக்குத்தான் வீடு பார்த்துக்கிட்டு இருக்கேன்' என்றேன்.

'அப்படின்னா இங்க எதுக்கு வந்த?'

'இந்த வீட்டைப் பார்த்த பிறகுதான் எனக்குப் புரிஞ்சுது... இந்த வீட்டை எனக்குப் பரிந்துரை செஞ்சவர், என்னை கேலி செய்யுறதுக்காக சொல்லியிருக்கணும்.'

'நீ என்ன வேலை பார்க்கற?'

'இப்ப ஒரு வேலையும் இல்லை. நான் கிராமத்துல இருந்து ஏதாவது உருப்படியா செய்யணும்னு ஒரு ஆசையில இங்க வந்துட்டேன். ஆனா தலைக்குமேல ஒரு கூரைதான் கிடைக்கலை.'

அதற்குள் அந்த முதியவர் கதவைத் திறந்துவிட்டார். அவர் என்னைத் தலையிலிருந்து கால் வரை உற்றுப் பார்த்துவிட்டு, 'கிராமத்தைவிட்டு நகரத்துக்கு வரும்போது என்ன சாதிக்கலாம்கிற கனவோட வந்தே?' என்று கேட்டார்.

'நான் ஒரு கலைஞன் சார். நான் ஓவியம் வரைவேன். இங்க ஓவியங்களுக்கான தேவை இருக்குன்னு கேள்விப்பட்டதால ஒரு நம்பிக்கையோட வந்துட்டேன்.'

'ஓ! அப்படின்னா நீ ஒரு ஓவியனா... நீ வரைவியா... உனக்கும் அந்தப் பைத்தியக்காரத்தனம் இருக்கா?'

'அது வெறும் பைத்தியக்காரத்தனம் மட்டுமில்லை சார். அதுதான் என் வாழ்க்கை. அதுதான் என் லட்சியம்.'

‘ஹ்ம்ம்! லட்சியமாவது, மண்ணாவது... சோம்பேறித்தனப் பசங்ககிட்ட இருக்குற பைத்தியக்காரத்தனம்தான் அது.’

அவர் கூறிய ‘ஹ்ம்ம்’ வெறுப்பினால் நிரம்பி வழிந்தது. அந்த வெறுப்பால் அவர் கதவை அடித்துச் சாத்திவிட்டு என்னை ‘வெளியே போ’ என்று கூறலாம் என எதிர்பார்த்தேன். ஆனால், ‘உன் நிலைமையைப் பார்த்தா எனக்குப் பரிதாபமா இருக்கு, உனக்குத் தங்க ஒரு இடம் வேணும், அவ்ளோதானே வா! உள்ள வா!’ என்றார்.

‘வாழப் பல வழிங்க இருக்கு. பல லட்சியம் இருக்கு. ஒரு கலைஞனா ஆகணுங்கிற உன் கனவை விட்டுடு. வேற ஏதாவது நல்ல வழியைப் பாரு.’

இப்படிச் சொல்லிவிட்டு அவர் மேலே நடக்கத் தொடங்கினார். நான் அவரைப் பின்தொடர்ந்தேன். வரவேற்பறையில் அமர்ந்து தன் கனமான குரலால், ‘ஜக்கூ..., ஜக்கூ...’ என்று யாரையோ கூப்பிட்டார். ஆனால், ஒருவரும் அதற்கு பதிலளிக்கவில்லை. சிறிது நேரம் கழித்துத் தன் தவற்றை உணர்ந்தவர்போல், ‘சே! நான்தான் அவனை மார்க்கெட்டுக்கு அனுப்பியிருக்கேன்... இப்ப மறந்துபோய் கத்திக்கிட்டு இருக்கேன் பாரு. நீ உக்காரு. ஜக்கு வந்தான்னா இங்கே நீ தங்க ஏற்பாடு செய்வான்’ என்றார்.

நான் அந்த வரவேற்பறையில் அமர்ந்து. அதைச் சுற்றி மிகுந்த வியப்புடன் பார்த்தேன். அங்கிருந்த இருக்கைகளெல்லாம் தேக்கு மரத்தாலும், மகாகனி மரத்தாலும் செய்யப்பட்டு மிகவும் பழைமை வாய்ந்ததுபோல் காணப்பட்டன. அங்கிருந்த ஒரு சிற்பம் பழைமையும் புதுமையும் சேர்ந்து மலர்ந்ததுபோலக் காணப்பட்டது. அதை நாள்தோறும் கவனமாகத் துடைத்துவைத்திருக்க வேண்டும். கண்ணாடிபோல் மின்னியது. சுவரில் சில ஓவியங்கள் மாட்டப்பட்டிருந்தன. அவற்றின் அருகே கறுப்பு வெள்ளைப் புகைப்படங்களும் காணப்பட்டன. அந்தப் புகைப்படங்கள் எத்தனை கவர்ச்சியாக இருந்தனவோ, அதைவிட கவனத்தை ஈர்ப்பதாக அந்த புகைப்படங்களின் சட்டகங்கள் இருந்தன. அச்சட்டகங்களில் மிகவும்

நுண்ணிய, கலை நுட்பமான வேலைப்பாடுகளுமிருந்தன. இவற்றையெல்லாம் நான் பிரமிப்புடன் பார்த்துக்கொண்டிருக்கும்போது, அவர் என்னிடம் என்றில்லாமல் பொதுவாகப் பேசுவதுபோல் என்னிடம் பேசினார்.

‘இதெல்லாம் எங்க குடும்பத்தோட ரெண்டு தலைமுறையச் சேர்ந்த புகைப்படம். இந்தத் தலைமுறையில என்னைத் தவிர இங்க யாருமில்லை. அதோ பார்! அந்தப் பட்டமளிப்பு விழாவுல கையில பட்டத்தோட இருக்கறவன்தான் என் மூத்த மகன். அவன் இப்ப அமெரிக்க பிரஜை ஆயிட்டான். முன்னல்லாம் அவன் வருஷத்துக்கு ஒரு தடவை வந்து என்னைப் பார்ப்பான். ஆனா, பத்து வருஷமா அவன் இங்க வர்றதில்லை. அவனோட அம்மா உயிரோடு இருந்தப்ப வருவான். ஆனா, அம்மா இறந்த பின்னால இங்க வர தேவையில்லைன்னு நினைச்சுட்டான்போல. இதோ! இந்தச் சுவத்துல இருக்கறதுதான் அவனோட அம்மா.’

‘நடுவுல இருக்கறது என் ரெண்டாவது பையன். அவன் நாசாவுல சயன்டிஸ்ட்டா இருக்கான். வெளிநாட்டு பொண்ணைக் கல்யாணம் பண்ணிக்கிட்டு அவனும் வெளிநாட்டு பிரஜையாயிட்டான். கல்யாணத்துக்கு அப்புறம் இங்க வர்றதே கிடையாது. இப்ப வந்தாலும் அவனை என்னால அடையாளம் கண்டுக்க முடியுமான்னு தெரியலை. அதோ... அங்க இருக்குற கடைசிப் படம்தான் என் உண்மையான துக்கம், சைனாவோட துக்கம்னு சொல்ற ஹுவாங்ஹோ நதி மாதிரி என்னோட துக்கம் அது, அவன் இங்கேயிருந்து எங்க சொத்தையெல்லாம் காப்பாத்துவான்னு எதிர்பார்த்தேன். ஆனா, அவன் ஒரு விநோதமான ஆசைக்கு அடிமையா போயிட்டான், ஆசை கிடையாது. பைத்தியக்காரத்தனம், ஆமா, நீ பொழைக்க என்ன செய்யறதா சொன்னே?’

‘நான் ஒரு ஓவியன். படம் வரைவேன்.’

‘ஏனோ உன்னை உள்ள விட்டுட்டேன். அதனால இப்போ வெளிய போன்னு சொல்ல முடியாது. ஆனா ஒண்ணே ஒண்ணை மட்டும்

ஞாபகத்துல வெச்சுக்கோ. கலைன்னு சொல்லப்படுற ஒண்ணை நான் மனசார வெறுக்குறேன். என் கடைசிப் பையன் ஒரு ஓவியன், அவன் வரைவான். அது அவனுக்குள்ள பெரிய ஆசையா மாறி, என்னோட அவன் தங்கறதே இல்லை. இந்த ஊரைவிட்டு வெளியே போய் கிராமத்துல இருக்குற என் பண்ணை வீட்டுல தங்கியிருக்கான். தனியா இருக்கான். அவனுக்கு இன்னும் கல்யாணம் ஆகலை. அவனுக்குன்னு ஒரு குடும்பம் இல்லை. அவன் தன் கலையில எதையோ தேடிக்கிட்டு இருக்கான். அது அவனுக்குக் கிடைக்கிற வரைக்கும் அவனால வாழ்க்கையைச் சீரமைச்சுக்க முடியாதுன்னு சொல்றான். அவன் தேடுறது அவனுக்குக் கிடைக்காதுன்னு எனக்கு மட்டும்தான் தெரியும். அவன் கல்யாணம் பண்ணிப்பான்னும் எனக்கு நம்பிக்கை இல்லை. இங்க பக்கத்துலதான் இருக்கான். ஆனா, நாங்க அடிக்கடி பார்த்துக்கறதேயில்லை. அதுக்குக் காரணம் என் வெறுப்புதான்.'

'அவரோட பேரு என்ன?.'

'ஏன்... அவனை நீ பார்க்கணும்னு ஆசைப்படுறியா... ஆனா யாரையும் இப்பல்லாம் அவன் சந்திக்கிறதே இல்லை. முன்னல்லாம் அவன் அதிகம் வரைவான். ஒரு ஓவியனா அவனுக்குப் பேரும் புகழும் இருந்துச்சு. ஆனா இப்ப ஒரு வெறுமையான கித்தானுக்கு முன்னாடி, கையில ஒரு பிரஷ்ஷை வெச்சுக்கிட்டு, வருஷக்கணக்குல ஒக்காந்திருக்கான். என்ன வரையப்போறான்னு அவனுக்கு மட்டும்தான் தெரியும்.'

இதற்கிடையே ஜக்கு என்று அழைக்கப்படும் அந்த நபர் வந்துவிட்டார். பெரியவர், நான் அங்கு தங்குவதற்கான ஏற்பாடுகளைச் செய்யுமாறு அவரிடம் சொல்லி, எனக்காகச் சமைக்கவும் உத்தரவிட்டார்.

தங்க ஓர் இடம் கிடைத்ததற்கே நான் மிகவும் நன்றி உணர்வில் இருந்தேன். இதற்கிடையில் அங்கு உணவருந்தி, அவர்களுக்கு மேலும் பாரமாக இருப்பதை நான் விரும்பவில்லை. நான் அவரிடம்

'சார், சாப்பாடெல்லாம் வேணாம். தயவுசெஞ்சு வேணாம்' என்று மறுத்தேன்.

ஆனால் அவர் கனமான குரலில், 'நான் சொல்றது மட்டும்தான் இங்கே நடக்கும்' என்று கர்ஜித்தார்.

'நான் சொல்றதை யாராவது மறுத்தா, அவங்க இங்க இருக்க வேணாம். அதனாலதான் ஒருத்தர் பின்னாடி ஒருத்தரா இந்த இடத்தைவிட்டுப் போயிட்டாங்க. இருந்தாலும் என்னால சமரசம்லாம் பண்ணிக்க முடியாது. அடங்கிப்போகவும் முடியாது. அதனால உனக்கு இங்க தங்கணும்னா , நான் சொல்றதை நீ கேட்டுத்தான் ஆகணும். மாட்டேன்னா, வேற இடம் பார்த்துட்டு போ.'

என் வாய் அடைத்துவிட்டது. தலையைக் குனிந்து நான் நின்றுகொண்டிருந்தேன். அந்தப் பெரியவர் ஜக்குவிடம், என்னுடைய படுக்கை அறையைக் காண்பிக்குமாறு கூறினார். நான் ஜக்குவின் பின்னால் நடந்தேன். பல அறைகளைக் கடந்த பிறகு ஜக்கு இறுதியாக எனக்காக ஓர் அறையைத் திறந்து விட்டு, 'இங்க யார் தங்கினாலும் அமைதியா இருக்கணும். கதவை மூடியே வெச்சுருக்கணும். நீ இங்க தங்கிக்கோ. நீயும் விருந்தாளிதான்' என்றார்.

தங்குவதற்கு ஏதோ ஓர் இடத்தைத் தேடி அலையும்போது, எப்படி இந்த அரண்மனையில் வந்து விழுந்துவிட்டேனென்று எனக்கு வியப்பாக இருந்தது. என்னுடைய விதி புதிதாக ஏதாவது செய்வதற்கான வாய்ப்புகளை எனக்குத் தரப்போகிறதுபோலும் என்று எண்ணினேன்.

அங்கு ஓர் அரசனைப்போலத்தான் தங்கினேன். என்றாலும் என்னுடைய தூரிகையை எடுத்து, ஓர் ஓவியம் வரைவதற்கு எனக்கு முனைப்பே வரவில்லை. திரு. சௌத்ரியின் கலை மேலுள்ள வெறுப்பு, அதில் என்னை ஈடுபடுத்திக்கொள்வதிலிருந்து தடுத்தது. ஒருநாள் அந்த வீட்டைச் சுற்றி வரும்போது, கதவு ஒன்றில் 'சித்திரச் சாலை' என்று எழுதிருந்ததைப் பார்த்தேன்.

ஜக்குவிடம், ‘இந்த அறையில என்ன இருக்கு?’ என்று கேட்டேன்.

‘இந்த அறை முழுக்க ஐயாவோட வெறுப்பு நிறைஞ்சிருக்கு.’

‘அப்படின்னா?’

‘நம்ம ஐயாவோட கடைசிப் பையன் வரைஞ்ச எல்லாப் படமும் இங்கதான் இருக்கு.’

‘இதோட சாவி உன்கிட்ட இருக்கா?’

‘ஆமா. என்கிட்ட சாவி இருக்கு. ஆனா, ஐயா வீட்டுல இருக்கும்போது இந்த அறையைத் திறந்தா ரொம்ப ஆபத்து. ஐயா எங்கயாவது வெளியில போறப்போ இதைத் திறந்து உனக்குக் காமிக்கிறேன்.’

அப்படியொரு சந்தர்ப்பம் வாய்த்தபோது, ஜக்கு என்னிடம் வந்து, ‘அந்த அறையைப் பார்க்கணும்னு சொன்னே இல்லை... வா, இப்போ பார்க்கலாம்’ என்றான்.

அந்த அறையைத் திறக்கும்போது ஜக்கு என்னிடம் மெதுவாகப் பேசினான். ‘இது எல்லாத்தையும் பொதுஜனங்க பார்க்கற மாதிரி கண்காட்சியா வளக்கணும். அப்படிச் செய்யாம எல்லாத்தையும் பூட்டிவெச்சிருக்கு. அத்தனை வெறுப்பு அவருக்கு.’

‘ஆனா ஐயா என்ன நினைச்சாருன்னா, இப்படித் தடைபோட்டா சின்னவர், தான் ஆசைபட்டதைத் தொடராம இருப்பார், அவர் திரும்பி வந்து இந்தச் சொத்து எல்லாத்தையும் பராமரிப்பார்னு ஆசைப்பட்டார். ஆனா, சின்னவர் ரத்தத்ட், ஹுல கலை கலந்திருக்கு. அப்படி இருக்கும்போது அவர் இந்தச் சொத்து விவகாரத்துல வந்து மாட்டிப்பாரா... அவரால தன் கலையை விட்டுக்குடுக்கவே முடியாது. அதனாலதான் அவர் வீட்டைவிட்டுப் போயிட்டார். இப்போ அவர் பண்ணை வீட்டுல இருக்கார்.’

எல்லா ஓவியங்களும் மிக அழகாகச் சட்டகம் இடப்பட்டு அங்கிருந்தன. ஒவ்வொரு ஓவியமும் அழகிலும் பொருளிலும்

ஒன்றைவிட மற்றொன்றை மிஞ்சியவாறு இருந்தது. அந்த ஓவியங்களை மிகுந்த பிரமிப்புடனும், ஆசையுடனும், அர்ப்பணிப்புடனும் பார்த்து ரசித்தேன். அப்போது என் மனதில் என்னையும், என் ஓவியங்களையும் அதனுடன் ஒப்பிட்டு நினைத்துக்கொண்டேன். என்னை அவருடன் ஒப்பிடவே முடியாது, ஓர் ஆசிரியரைத் தேடி இங்கு வந்த நான், இவர்தான் என்னுடைய ஆசிரியராக இருப்பாரோ... என்று நினைக்கலானேன். இல்லையென்றால், இப்படிப்பட்ட தற்செயலான நிகழ்ச்சி எதற்கு நடக்க வேண்டும்?

ஆகவே, என் குருவைச் சந்திப்பதற்காக யாரிடமும் சொல்லாமல் ஒருநாள் நான் பண்ணை வீட்டை அடைந்தேன். பண்ணை வீடு என்றால் அது ஒரு பழத்தோட்டம். ஒரு குளம், ஒரு மாட்டுக்கொட்டகைகொண்ட ஓர் இடம். விளைநிலம் இல்லாமலில்லை. ஆனால், அது கவனிக்கப்படாமல் தரிசாகக் கிடந்தது. அந்த நிலத்தைப் பார்த்தால், ஒருகாலத்தில் அங்கு அதிக அளவில் பயிர் விளைந்திருக்கக்கூடும் என்று தோன்றியது. பண்ணை வீட்டில் பொறுப்பாக இருந்த ஒருவரிடம், ஜக்கு என்னை சின்னவரைச் சந்திப்பதற்காக அனுப்பினார் என்று சொன்னேன்.

'சின்னவரைப் பார்க்கவா?' என்று ஆச்சரியத்துடன் அவர் கேட்டுவிட்டு, 'ஜக்கு உங்களை எப்படி இங்க அனுப்பினான்... அவனுக்குத் தெரியாதா... அவர் யாரையும் பார்க்க மாட்டார்னு... சின்னவர் உங்களைச் சந்திக்கிறது சந்தேகம்தான்' என்றான்.

'ஏன் பார்க்க மாட்டாரு?'

'ஏன், என்ன, யார், இதெல்லாம் அவர் சிந்தனையைக் கலைச்சுடும். அதனால அவர் யாரையும் சந்திக்க விரும்ப மாட்டார். தங்கம்போல பயிர் விளையுற பூமியில, விளைவிக்கிறதை அவர் நிறுத்திட்டார். அதுக்குக் காரணம், அவரைச் சுத்தி இங்க நிறைய பேர் வந்ததுதான். அத்தனை நிலமும் தரிசா, கவனிக்கப்படாம கிடக்கு. குளத்துல ஒரு

மீன்கூட இல்லை. மாட்டுக்கொட்டகையில ஒரு பசுகூட இல்லை. அவர் ஏன் இப்படி இருக்காருன்னு என்னால சொல்ல முடியாது. அவரோட மௌனம் எப்ப கலையும்னும் எனக்குத் தெரியாது. நாள் முழுக்க அவர் ஒரு வெத்து கித்தான் முன்னாடி ஒரு பிரெஷ்ஷோட ஒக்காந்துக்கிட்டு இருக்காரு. அவர் எதை வரைய இத்தனை சிரமப்படறாருன்னு அவருக்கு மட்டும்தான் தெரியும். கித்தான்ல ஏதாவது வரைஞ்சிருந்தாலாவது அது என்னங்கறது மத்தவங்களுக்குப் புரியும். நம்ம ஐயாவோ, இதை ஒரு பைத்தியக்காரத்தனம்னு சொல்றார். அவர் சொல்றதும் சரிதான். ஓவியம் வரையறது அப்படிங்கற பேருல நாள் முழுக்க ஒரு கித்தானுக்கு முன்னாடி ஒக்காந்துக்கிட்டு காத்துல ஓவியம் வரையறது பைத்தியக்காரத்தனம்தானே?'

'அவர் ஒரு விநோதமான ஓவியர். எல்லாத்துக்கும் மேலா அவர் ஒழுங்கா சாப்பிடுறது கிடையாது. நாங்க சமைக்கறதைக்கூட நிறுத்திட்டோம். சமைச்சு எல்லாத்தையும் அவருக்குப் பரிமாறலாம். ஆனா, அவருக்காக நாம சாப்பிட முடியுமா... அவர் பேச மாட்டார். வெறும் சைகைதான். அவருக்குச் சாப்பிட வேணும்னு தோணுச்சுன்னா, கொஞ்சமா சாதம் மட்டும் சாப்பிடுவார். அதோட வெக்கிற கறி, வேற எதையும் தொடவே மாட்டார். சில சமயத்துல கையில ஒரு ரொட்டியையோ இல்லை இட்லியையோ வெச்சுக்கிட்டு அந்த ஒண்ணுமில்லாத கித்தானுக்கு முன்னாடி உட்கார்ந்திருப்பார். கலைஞன்னா தனியா ஒரு உலகத்துல வாழ்வாங்கன்னு நான் கேள்விப்பட்டிருக்கேன். அவங்க ஒரு கற்பனை உலகத்துல இருப்பாங்கன்னும் கேள்விப்பட்டிருக்கேன். அவங்க வாழ்க்கை மத்தவங்களோட வாழ்க்கை மாதிரி இருக்காதுதான். ஆனா, இவர் எல்லாத்தையும் மீறி ஒரு கனவுலயே இருக்கறதால யார் மாதிரியும் இல்லை. வேற மாதிரி இருக்காரு. விநோதமாவும் இருக்காரு.'

'சரி, நீ அவர் வரைஞ்ச ஓவியத்தையெல்லாம் பார்த்திருக்கியா?'

‘பாக்கறதா... அது எல்லாத்தையும் ரொம்ப கவனத்தோட பாதுகாப்பா வெச்சுகுறதுதான் என்னோட வேலையே. அரண்மனையில ஒரு அறை முழுசுமா இவரோட ஓவியம் இருக்கு. இதுக்கு முன்னாடி நிறைய பேர் அங்க போய் அதையெல்லாம் பார்த்து பாராட்டுவாங்க. பல நாட்டுலேருந்து இவரோடபடத்துக்கு நிறைய பணம் தர தயாரா இருக்காங்க. ஆனா சின்னவரோட பிடிவாதம், அவர் தன்னோட எந்த ஓவியத்தையும் விக்கவே மாட்டார். எல்லா ஓவியமும் அவரோட குழந்தை மாதிரி. அதை அவரால எப்படி விக்க முடியும்... சில சமயம் அவரோட ஓவியத்தையெல்லாம் கண்காட்சியா வெக்கணும்னுகூட சில பேர் இங்க வந்து கேப்பாங்க. அவர் வேணாம்னு சொல்லிடுவார்.

‘காட்சிப்படுத்தறதுன்னா என்னையே நான் மத்தவங்ககிட்ட பிரபலப்படுத்திக்கறதுபோல. அதேசமயம், இதுவரைக்கும் நான் வரைஞ்சதுல எனக்கே திருப்தி இல்லை. அப்படி எனக்கே திருப்தி இல்லாதப்போ, நான் அதை மத்தவங்களுக்காகக் காமிச்சு, அவங்களுக்கு எப்படி திருப்தி தர முடியும்... அது அவங்களை ஏமாத்தற மாதிரியும், அவங்க உணர்வையும், கலை மேல இருக்குற ஆர்வத்தையும் நோகடிக்கற மாதிரி ஆகிடும் இல்லையா... என் தலைசிறந்த படைப்புக்காக நான் காத்துக்கிட்டு இருக்கேன். என் உயர்ந்த படைப்பு எப்போ வரையப்படுதோ, அன்னிக்கு என்னோட எல்லா ஓவியங்களையும் மத்தவங்க பார்வைக்கு வெப்பேன்’னு சொல்வாரு.’

நான் யோசிச்சேன். ஒரு கலைஞனால தன்னுடைய சிறந்த படைப்பு என்று எதை எப்படித் தீர்மானிக்க முடியும்... சிறந்த படைப்புக்காக காத்திருக்கும்போது, ஒரு கலைப் படைப்பு முடிந்து, மற்றொன்றை உருவாக்கும் ஓர் ஓவியன், ஒரு படத்தை வரைந்து முடித்ததும், தான் தலைசிறந்த படைப்பைச் செய்துவிட்டதாக திருப்திகொள்ள மாட்டான். அதனால்தான் அவன் மற்றொன்றை வரையத் தொடங்குகிறான். தங்களின் ஆகச்சிறந்த படைப்பைத்

தயாரித்துவிட்டதாக, தன் வாழ்நாளில் எந்த ஒரு கலைஞனும் நினைத்திருக்க முடியுமா... இருப்பதிலேயே சிறப்பானது என்ற தேடலின்போது ஒரு கலைஞன் உருவாக்கிய அனைத்தும் அவனுடைய இறப்புக்குப் பிறகே ஆகச் சிறந்தவை என்று கணிக்கப்படுகின்றன. ஆனால், அந்தக் கலைஞன் அப்போது இருக்க மாட்டான். அதை உணர்வதற்கு இருக்க மாட்டான். ஒரு கலைஞனுடைய ஒரு படைப்பு ஆகச் சிறந்தது என்று அவனை நம்ப வைத்துவிட்டால் மேலும் படைப்புகளைத் தருவதற்கு அவன் தயாராக இருப்பானா... இந்த எண்ணங்களையெல்லாம் என் மனதிலேயே பூட்டி வைத்துக்கொண்டு கேட்டேன்... 'சின்ன எஜமான் எப்போதும் இப்படித்தான் இருப்பாரா?'.

'இல்லை... இல்லை.. ஆரம்பகாலத்துல அவர் இப்படி இருந்ததில்லை. அவர் ரொம்ப வேடிக்கையா பேசுவார். தன் ஓவியத்தை முடிச்ச பிறகு என்னைக் கூப்பிட்டு, சூவிசு... விசு... வா... வந்து பார்னு சொல்லுவார். நான் போய் பாக்கும்போது அவர் விசிலடிச்சுக்கிட்டு இருப்பார். 'எப்படி இருக்கு... சொல்லு' என்பார். ஆனா எனக்கென்ன இந்த ஓவியத்தைப் பத்தி தெரியும்... அதை எவ்வளவு உத்துப் பார்த்தாலும், என்னால அதை புரிஞ்சுக்கவே முடியாது. நம்ம கண்ணுக்கு முன்னாடி பாக்குற பொருளோட படமா இருந்தா நான் நல்லா இருக்கு, இல்லைன்னு சொல்லலாம். 'சின்ன எஜமான், நீங்க வரைஞ்சு முடிச்சுட்டீங்க. இந்த உலகமே அதைப் புகழுது. நான் அதுக்கு மேல என்ன சொல்ல முடியும்'னு'சொல்வேன்.'

'அப்பல்லாம் அவர் ரொம்ப சந்தோஷமா இருப்பார். கலகலன்னு இருப்பார். அவருக்குப் பிடிச்ச சாப்பாட்டைச் சமைக்க சொல்லிக் கேப்பாரு. கொஞ்ச நாள் இந்த உற்சாகம் அவரோடயே இருக்கும். பண்ணை வீட்டைச் சுத்திச் சுத்தி வருவாரு. மரத்துகிட்டயும், இலைகிட்டயும், வானத்துகிட்டயும் பேசிக்கிட்டே இருப்பாரு.. இதெல்லாம் இன்னொரு படம் வரையணுங்கற வெறி, அவருக்கு வர வரைக்கும்தான். ஆனா இப்ப எந்தப் படத்தோட ஆவி அவரைப்

பிடிச்சிருக்கோ தெரியலை, என்னால கண்டுபிடிக்கவும் முடியலை. ரொம்ப மாசமா, ரொம்ப வருஷமா அவர் ஒக்காந்துகிட்டே இருக்காரு. சாப்பிடுறதில்லை, பேசறதில்லை. தன்னோட உலகத்துல வாழறதுபோலத் தோணுது. இந்த உலகம் அவருக்கு ஏதோ வேற உலகத்துல இருக்கற மாதிரி இருக்கு. எப்படி இருந்தாலும் அவர் கொஞ்சமா ஏதாவது வரைஞ்சிருந்தா, அதை இன்னிக்கோ, நாளைக்கோ இல்லை ஒரு மாசம் கழிச்சோ, இல்லைன்னா ஒரு வருஷம் கழிச்சுக்கூட அந்தப் படத்தை முடிச்சுடுவார்னு நெனைக்கலாம். ஆனா இப்படியே ஒரு காலி கித்தான் முன்னாடி உட்கார்ந்திருக்கறதைப் பார்த்தா, வாழ்நாள் முழுசையும் இப்படியே கழிச்சுடுவாரோன்னு தோணுது.'

'இதையெல்லாம் விசு கூறிய பிறகு, எனக்கு அவரை நேராகச் சந்திக்கத் தோன்றவில்லை. ஆனால், விசுவிடம் அந்தப் பண்ணை வீட்டில் என்னைத் தங்குவதற்கு அனுமதிக்குமாறு கேட்டேன். தூரத்திலிருந்து அவனுடைய சின்ன எஜமானைப் பார்க்கிறேன்' என்று சொன்னேன்.

'நீங்களும் ஒரு ஓவியரா?'

'நான் வரைவேன். ஆனா, உங்க இளைய எஜமானரை மாதிரி பெரிய ஓவியரெல்லாம் இல்லை.'

'சரி. நீங்க இங்க தங்கியிருந்து அவரைப் பாருங்க. ஆனா, அவரை எந்தச் சமயத்துலயும் தொந்தரவு செய்யக் கூடாது.'

'இல்லை, இல்லை. என்னை நம்பு.'

ஆனால் அவரை தூரத்திலிருந்து பார்க்கும் முன்பே, நான் வந்திருப்பதை அவர் உணர்ந்துகொண்டார். இரவு உணவு சாப்பிடுவதற்கு முன்பு, விசுவிடம் என்னை வந்து சந்திக்குமாறு அழைப்பு விடுத்தார்.

விசு, இதை என்னிடம் சொன்னபோது, எனக்கு மிகவும் மகிழ்ச்சியாக இருந்தது. அதே சமயத்தில் என் மனதில் சிறு குழப்பமும்

இருந்தது. அவரைச் சென்று சந்தித்தேன். நான் அங்கிருப்பது தனக்குத் தெரியும் என்று உணர்த்தாமல், அந்த கித்தானிலிருந்து கண்ணை உயர்த்தாமல் என்னை நோக்கி 'உட்கார்' என்றார்.

'நீ ஓவியன்னு எனக்குத் தெரியும். நீ அரண்மனைக்கு வந்தவுடனேயே எனக்கு செய்தி வந்துடுச்சு. நீ இங்க வருவேன்னு நிச்சயம் தெரியும். ஆனா எப்ப வருவேன்னு தெரியாம நான் காத்துக்கிட்டிருந்தேன்.'

'உங்களுக்கு எப்பிடித் தெரியும்?'

'ஒரு கலைஞனோட படைப்பூக்க மனசாட்சி, அவனோட கற்பனையை உருவாக்க தோத்துப்போகும்போது, யாராவது அவனைக் காப்பாத்த வருவாங்க. அது ஒரு சக கலைஞனா இருக்கலாம். இல்லைன்னா கடவுளாவேகூட இருக்கலாம்.'

'மனசாட்சி தோத்துப்போயிட்டா?'

'நான் வரைய ஆசைப்படுற ஓவியம், அத்,உல நான் உபயோகிக்க நினைக்கிற வண்ணம்ம அதுக்காகத்தான் நான் இந்த கித்தானுக்கு முன்னாடி பல வருஷமா உட்கார்ந்துக்கிட்டு இருக்கேன். கடைசியா என்ன ஓவியத்தை வரையறதுன்னு முடிவு செஞ்சுட்டேன். ஆனா அதற்கான வண்ணத்தைத்தான் தேடிக்கிட்டு இருக்கேன்.'

'ஓவியத்தோட கருப்பொருள் என்ன?'

'மாயை. மாயை விரிவானது. அது காதல், அகங்காரம், அப்புறம் வெறுமையாலானது.'

மிகவும் தன்னடக்கத்துடன் நான் கேட்டுக் கொண்டிருந்தேன்.

'இதெல்லாம் அனுபவம் சார்ந்தது..நம்ம உணர்ச்சிகளைச் சார்ந்தது. ஒரு கலைஞன், தன்னோட நுண்ணறிவாலும், தன்னோட மனசாட்சியோட ஆழத்துனாலயும்,அதுக்கு என்ன வண்ணம்னு கற்பனை செஞ்சுக்கிறான். ஏன்னாம் தொட்டு உணர்ந்துக்கிற

பொருட்களைத் தவிர்த்து, மத்த அனைத்தும் கற்பனைதான். அதனால அப்படித்தான் வெளிப்படுத்த வேண்டும்.'

'வானம்னு ஒண்ணு இல்லை. ஆனா அது ஏன் நீல நிறத்துல இருக்கு?' என்ற கேள்வியைக் கேட்டு, உடனடியாக அதற்குரிய பதிலையும் அவரே கூறினார்.

'எனக்குத் தெரியும். இதுக்கு விஞ்ஞானத்துலேயிருந்து பதில் சொல்லுவே... ஆனா, நல்லா மனசுல வெச்சுக்கோ. எங்கெல்லாம் விஞ்ஞானத்தோட உண்மையும் கொள்கையும் தோத்துப்போகுதோ, அங்கதான் மனுஷன் தன் கற்பனையையும் நுண்ணறிவையும் கொண்டு வர்றான். வெட்கத்தோட நிறம் சிவப்பு. கோபத்தோட நிறமும் சிவப்பு. ரத்த நிறமும் சிவப்பு. ஆனா, சிவப்போட இந்த மூன்று சிவப்பு நிறமும் ஒண்ணா... இதுக்கான வண்ணங்களை ஒரு ஓவியன் சேர்க்கிறப்போ, தன்னோட கற்பனையை உபயோகிச்சு அதோட பொருண்மையை நிர்ணயம் பண்றான், ஒரு ஓவியன் அவனோட பிரெஷ்ஷோட விளையாடறான். வண்ணம்ங்கறது அவன் மனசாட்சியோட வெளிப்பாடு, தூரிகை அதை வெளிப்படுத்துற ஒரு கருவி. கித்தான்தான் இது எல்லாத்துக்கும் அடிப்படை. என்கிட்ட வெளிப்படுத்தும் கருவி இருக்கு. கித்தானும் இருக்கு, ஆனா, நான் நாள்கணக்கா அதுக்கு முன்னாடி உட்கார்ந்துக்கிட்டு இருக்கேன். என்னைப் பார்க்கறவங்க என்னை ஒரு பைத்தியக்காரன்னு ஒரு முடிவுக்கு வந்துடுவாங்க. சிதறி இருக்குற மனசாட்சி பைத்தியக்காரத்தனம்னா, தோத்துப்போன மனசாட்சி பைத்தியக்காரத்தனத்தோட உச்சம். இப்படிப்பட்ட அனுபவம் உனக்கு வாய்ச்சுருக்கான்னு எனக்குத் தெரியாது. ஆனாம் ஒரு கலைஞனுக்கு என்னிக்காவது ஒருநாள் இந்த அனுபவம் நடக்கும். நாம போராடிக்கிட்டு இருக்கறப்போ இது நடக்கலாம். இல்லை, இது நடக்கணும்னு நாம போராடலாம். தொட்டு உணர்ந்துக்கற பொருளைப் பத்தி நீ சொன்னது சரிதான். மத்ததையெல்லாம் கற்பனையில வர்ற வண்ணத்தாலதான் நிறைக்கணும். ஆனா பார்க்கற

பொருளை வரையறது ஒரு கலைஞனோட வேலை இல்லை. அது வண்ணம் பூசுறவனோட வேலை. உன்னோட தேடல் ஓவியனுக்கான தேடலா... இல்லை வண்ணம் பூசுறவனுக்கான தேடலா?'

இந்தக் கேள்வி என்னை மிகப்பெரிய குழப்பத்தில் ஆழ்த்தியது. இந்தக் கேள்விக்கு என்னிடம் பதிலில்லை என்று சொல்ல முடியாது, ஆனால், என்னுடைய எண்ணம் என்னவென்றால், கலையை ஒரு கருவியாக்கி, என் வாழ்வாதாரத்திற்கான வழியைத் தேடுவதுதான். கலையை வருமானத்திற்கான ஒரு வழியாக ஆக்குவதுதான், ஆனால், அது எனக்கு மிகவும் வெறுக்கத்தக்கதாக அந்த நிமிடத்தில் தோன்றியது. அதனால் அதை நான் வெளிப்படுத்தி என்னை மேலும் தரம் தாழ்த்திக்கொள்ள விரும்பவில்லை.

என் மௌனத்தைப் பார்த்து அவர், 'ஒவ்வொரு கலையும் உன்னிப்பா கவனிக்க ஒரு வழி. நாம சம்பாதிக்க உதவும் வழி கிடையாது. வாழ்க்கையை நகர்த்திட்டுப்போக எத்தனையோ வழி இருக்கும்போது, கலையை வெச்சு வாழ வழி கண்டுபிடிக்கறது, கலையை அவமானப்படுத்துற மாதிரி இருக்காதா... பணம் சம்பாதிக்கும் விஷயமா கலை மாறிடுச்சுன்னா, அப்புறம் அதோட கலைத்திறமையே காணாமப்போயிடும். உடனே அது வியாபாரத்தனமாகிடும். எப்பல்லாம் கலை அதிகமா வியாபாரத்தனமாகுதோ, அப்போ படைப்புத்திறன் அழிஞ்சுபோயிடும்' என்றார்.

'கடவுள் உனக்கு குடுத்துருக்குற இந்த விசேஷமான திறமையைப் பத்தி நீ யோசிச்சுப் பாத்திருக்கியா... அதை வியாபாரமா ஆக்கப்போறியா... அது அதை அவமானப்படுத்துற மாதிரி ஆகாதா?' என்னிடமிருந்து எந்த ஒரு பதிலும் வராதபோது அவர் மேலும் தொடர்ந்தார்... 'ஜனங்க என்னைப் பைத்தியக்காரன்னு நினைக்கிறாங்க. அவங்க அப்படி நினைக்கறது இயற்கைதான். ஏன்னா, ஒரு கித்தானிக்கு முன்னாடி நான் வருஷக்கணக்குல ஏதோ ஒண்ணை வரையணும்னு ஒக்காந்திருக்கேன். ஒரு சாதாரண

மனுஷனோட கண்ணுக்கு அது எதுவும் வரையாத கித்தான். ஆனா உண்மையில அது வெற்றுக் கித்தான் இல்லை. சூரிய கிரணம், சூரியனிலிருந்து பூமியில விழறப்ப அதுக்கு வண்ணம் கிடையாது. இதே தத்துவம்தான் என் ஓவியத்துக்கும் பொருந்தும். தூரத்துல இருந்து பார்க்கறபோது என்னோட கித்தான் ஒண்ணுமில்லாமதான் தெரியும். ஆனா, அந்த தூரத்தைத் தாண்டி ஓவியத்தோட ஒளிவட்டத்துக்குள்ள நுழைஞ்சுட்டோம்னா, மெதுவா ஒரு வண்ணத்துலேருந்து இன்னொரு வண்ணம் நம் கண் முன்னாடி வரும். பக்கத்துல வந்தாத்தான் ஏழு வண்ணத்தோட கலவையான அந்த ஓவியத்தை உன்னால பார்க்க முடியும். ஜனங்ககிட்ட காமிக்காம நான் வெச்சுருக்குற அந்த ஓவியம்தான் நம்ம உலகத்தோட மாயை. மாயையை ஜெயிச்சிட்டா நீ உண்மையைப் பார்த்துடலாம். அந்த மாயவாதத்தைதான் நான் என் வண்ணம் வழியாவும், நிழல் வழியாவும், வெளியில எடுத்துட்டு வர்றதுக்கு முயற்சி செய்யறேன். ஆனா, என் மனசாட்சிக்கு அன்புக்கு ஒரு நிறமும், அகங்காரத்துக்கு ஒரு நிறமும், வெறுமைக்கு ஒரு நிறமும் தர முடியலை. ஒரு ஓவியன் எப்படித் தீவிரமா இருப்பானோ, அப்படித்தான் நீயும் இங்க வந்திருக்கே. நான் நடுவுல இருக்குற அந்த தூரத்தை உடைச்சு, என்னோட கித்தானுக்குப் பக்கத்துல அழைச்சுட்டுப்போறேன். தோத்துப்போன என் மனசாட்சியை எழுப்பவும், ன் ஓவியத்தை முடிச்சுவெக்கவும் நீ உதவியா இருப்பேன்னு நான் நம்பறேன்.'

மிகவும் அடக்கத்துடன் நான் அவரிடம் 'இதுவரைக்கும் நான் என்னை வர்ணம் அடிக்கறவன்னுதான் நினைச்சுக்கிட்டு இருக்கேன். ஒரு கலைஞனா எப்பவும் என் பார்வை இருந்ததே இல்லை. அப்படிக் கலைஞனா ஒரு பார்வை கிடைக்க, நான் ரொம்ப தவம் செய்யணும். அந்த தவத்துல நான் ஜெயிச்சுட்டா, நிச்சயமா இங்க திரும்பி வந்து நீங்க இப்போ தடை பண்ணியிருக்குற அந்த தூரத்தைக் கடந்து உங்க வெறுமையான கித்தானுக்குப் பக்கத்துல வருவேன்' என்றேன்.

வாக்குமூலம்

அடிக்கடி எமனுக்கு சவால்விட்டு, அவனை ஏமாற்றித் தன் இயல்பு வாழ்க்கைக்குத் திரும்பிவிடும் என் அப்பா திடீரென ஒருநாள் இப்படி இறந்துவிடுவார் என்று நான் நினைத்துப் பார்த்ததேயில்லை.

இரண்டு நாட்களுக்கு முன்புதான் என்னுடைய மூத்த சகோதரி என்னை அழைத்து, 'நான் கிராமத்துக்குப் போயிருந்தேன். அப்பா நல்லா இருக்கார். கிளம்பும்போது எங்கிட்ட, அடுத்த முறை நீ அவரைப் பார்க்க போனா உங்கிட்ட ஏதோ செய்தி சொல்லணும்னு சொல்லிருக்காரு' என்றாள்.

'என்ன செய்தி இருக்கு, அப்பா என்னிடம் எதைச் சொல்ல ஆசைப்பட்டிருப்பார்?'

'அவருக்கு வயசாச்சில்ல... அவர் மனசுல இருக்கறதை உங்கிட்ட சொல்லணும்னு தோணியிருக்கும். உனக்கு எப்போ சௌகரியமோ, நீ போய் அவரை பார்த்துட்டு வாயேன்' என்றாள்

‘சரி, நான் எனக்கு முடிஞ்சப்பப் போறேன்’ என்று சொல்லி தொலைபேசியைத் துண்டித்தேன்.

கிராமத்திற்குச் செல்லும் வாய்ப்பு எனக்கு நேரவே இல்லை. சிறிதுகூட ஓய்வில்லாமல் இருக்கும் ஒரு வாழ்வில், என் சொந்த ஊருக்குச் செல்ல, எனக்கு நேரமே கிடைக்கவில்லை. நானே விரும்பி இருந்தால்கூட என்னால் போயிருக்க முடியாது. ம்... என்ன செய்வது, அப்படியாகிவிட்டது வாழ்க்கை. சிறிது நாட்களுக்கு முன்புதான் அங்கு சென்றுவிட்டுத் திரும்பியிருந்தேன். அங்கு போய்விட்டுத் திரும்பி வரும்போதெல்லாம், மனதில் சங்கடம் நிரம்பி வழியும். அங்கு வசிக்கும் அப்பாவைப் பார்த்துக்கொள்ளவும் முடியாது. அவரை இங்கு கூட்டி வரவும் முடியாது. இல்லை, அவரை இங்கு அழைத்து வரலாம்தான். ஆனால், அவர் தன் வீட்டைவிட்டு வர மாட்டேன் என்று ஏன் அவ்வளவு பிடிவாதமாக இருந்தார் என்று தெரியவில்லை. கிராமத்தில் எத்தனை பிரச்சனைகள் இருந்தாலும், அங்கு வாழ்வதற்குத்தான் அவர் விரும்பினார். இங்கு எத்தனை வசதிகள் இருந்தாலும், எங்களுடன் வந்து தங்குவதற்கு அவர் மறுத்துவிட்டார். அவர் என்னிடம், ‘நான் நூறு வயசு வரை இருப்பேன். என்னோட சிம்ம ராசியில இப்ப சில பிரச்சனைகள் நடக்குது. அதெல்லாம் சில நாள்ல சரியாயிடும். அதுக்கு அப்புறம் நான் நல்லாயிடுவேன். என் உடம்பு பழையபடி ஆச்சுன்னா அப்ப உங்கிட்ட வர்றேன். என்னைப் பொறுத்தவரைக்கும் நீ வேற உலகத்துல இருக்கே. யாராவது தன்னோட அந்திமக் காலத்தை வேற ஒரு உலகத்துல கழிக்க முடியுமா?’ என்று கேட்டார்.

தான் நூறு வயது வரை வாழ வேண்டும் என்ற என் அப்பாவின் விருப்பம், மரணத்தின் மேலுள்ள பயத்தினால் அல்ல. உலக சுகங்களின் மேல் வைத்திருந்த பற்றினாலும் அல்ல. அவருக்குத் தன்னுடைய குடும்பம் எவ்வாறு முன்னேறுகிறது என்பதைப் பார்க்க மிகவும் விருப்பம் இருந்தது.

உணர்ச்சிப்பெருக்கில் அவர் ஒருமுறை என்னிடம், 'நான் வாழ்க்கையில ரொம்பக் கஷ்டபட்டிருக்கேன். அப்படி வளர்த்த என் குழந்தைகள் எந்த அளவு முன்னேறுறாங்கன்னு பார்க்க எனக்கு ஆசை இருக்காதா என்ன... நான் ஆசைப்பட்டதெல்லாம் பார்க்கறவரைக்கும், இல்ல இல்ல... நான் நெனைச்சதெல்லாம் நடக்கறவரைக்கும் எமனை என் பக்கத்துல வரவிட மாட்டேன்' என்று சொன்னார்.

அப்பாவின் நீண்டநாள் வாழ வேண்டும் என்ற அந்த ஆசையே, அவரை இன்னும் சில காலம் வாழவைத்து, அவரை 100 வயது வரை கூட்டிச் சென்றுவிடும் என்று எங்களுக்குத் தெரியும். அவர் வாழட்டும். வாழ்க்கை என்ற இந்தப் பெரும் போட்டியில் தன்னைத் தொலைத்த அவருக்காக, நாங்கள் இதைவிட வேறு எதை வேண்டிக்கொள்ள முடியும்... அவர் நோய்வாய்ப்பட்டு படுக்கையில் இருப்பது அவருக்கு வேண்டுமென்றால் கஷ்டமில்லாமல் இருக்கலாம். ஆனால் எங்களுக்கு அது தாங்க முடியாத நரகத்தைப்போல இருந்தது.

கடந்த வருடம் அவருக்கு உடல்நலம் சரியில்லாமல்போனபோது அவரைப் பார்ப்பதற்கு கிராமத்திற்குப் போயிருந்தேன். ஜுரத்தினால் அவர் மிகவும் பலவீனமடைந்திருந்தார். அவரால் படுக்கையிலிருந்து எழுந்து உட்காரக்கூட முடியவில்லை. நான் வீட்டுக்குப் போய்ச் சேரும்போது, அவரின் காய்ச்சல் குறைந்திருந்தது. ஆனால் அவர் மிகவும் பலவீனமாக இருந்தார். அவருக்கு வயிற்றுப்போக்கும் இருந்தது. அவர் சாப்பிட்ட மருந்துகளின் காரணமாக அந்த வயிற்றுப்போக்கு ஏற்பட்டிருக்கலாம் என்பதை நாங்கள் புரிந்துகொண்டோம். காய்ச்சலும் வயிற்றுப்போக்கும் வயதானதால் மட்டுமே வருவதில்லை. அது எந்த ஒரு சாதாரண மனிதனுக்கும் வருவதுதானே... ஆனால், அவருடைய நினைவுத்திறன் குறைந்துகொண்டே வந்ததுதான் எனக்கு எது மிகவும் அதிர்ச்சியாக இருந்தது. ஏனென்றால், சிறு வயதிலிருந்தே அவருடைய அறிவுத்திறனையும், அவருடைய நினைவாற்றலையும் பற்றி நாங்கள்

நன்றாக அறிவோம். உலகிலுள்ள அத்தனை நாடுகளின் சரித்திரத்தையும், பூகோளத்தையும், அரசியல் நிகழ்வுகளையும், அவர் தன் விரல்நுனியில் வைத்திருப்பார். எங்களுக்கு எதிலாவது, எப்போதாவது சந்தேகம் ஏற்பட்டால், அல்லது கருத்து வேறுபாடு ஏற்பட்டால் நாங்கள் எங்கள் அப்பாவிடம்தான் அதற்குரிய தீர்வைத் தேடிச் செல்வோம். அவரால் அந்த சந்தேகத்திற்கான பதில் மட்டும் அல்லாமல், அதைச் சார்ந்த எந்தக் கேள்விக்கும் பதிலளிக்க முடியும். ஒரு புத்தகம் தர முடியாத பலவிதமான சிந்தனைகளை அவர் எங்களுக்குள் புகுத்துவார். இப்படிப்பட்ட நினைவாற்றல்கொண்ட ஒரு மனிதனுக்கு, அது சிறிது சிறிதாகக் குறைந்துவருவதே எங்களுக்கு ஆச்சரியமாகவும், அதிர்ச்சியாகவும், கவலையாகவும் இருந்தது. நினைவு குறைகிறது என்பது சரியான வார்த்தை அல்ல. ஏனென்றால், சில சமயங்களில் அவரின் நினைவாற்றல் சிறப்பாக இருக்கும். அந்தச் சமயத்தில் அவர் கீதையிலிருந்தும், உபநிஷத்துகளிலிருந்தும், கீதாஞ்சலியிலிருந்தும் கருத்துகளையும், நஸ்ருல் கவிதைகளையும், ராதாநாத் கவிதைகளையும், தினா கிருஷ்ணா கவிதைகளையும், பாஞ்சா, மேஹர் கவிதைகளையும், கடகடவென ஒப்பிப்பார். இவை அனைத்தையும் அவரால் நினைவில் வைத்திருக்க முடிந்தது என்பதே எங்களுக்கு ஆச்சரியமாக இருக்கும். ஒரு வானொலிப் பெட்டியைத் திறக்கும்போது, பல நிலையங்களின் ஒளிபரப்பை ஒன்றாகக் கேட்டால் எப்படி இருக்குமோ, அப்படி இருக்கும் அவர் பேசும்போது. அப்படியான கூர்ந்த நினைவாற்றலுடன் இருந்தவர், திடீரென ஒன்றுமே நினைவில் இல்லாத நிலைக்கு மாறிவிடுவார்.

எங்களைப் பார்த்து, 'இப்ப நான் எங்க இருக்கேன்?' என்று கேட்பார்.

'நம்ம வீட்டுலதான் இருக்கீங்க.'

'நம்ம வீடுன்னா, இது யாரோட வீடு?'

'இது நம்ம வீடுதாம்ப்பா.'

‘ஜார்க்கண்ட்டுல இருக்குற நம்ம வீடா?’

நாங்கள் அவரை வியப்புடன் பார்த்துக்கொண்டு அமர்ந்திருப்போம். அவர் தொடர்ந்து பேசுவார். ‘ஆமா. அப்படித்தான் நானும் நினைச்சேன். இதுதான் ஜார்க்கண்ட். இங்க நிறைய சுரங்கங்கள் இருக்கு இல்ல?’ என்பார்.

‘இதோ வெடிச்சத்தம் கேக்குது பாரு, இந்த சத்தத்தாலதான் எனக்கு ராத்திரி தூங்க முடியலை... இந்தச் சுரங்கமெல்லாம் நம்ம பொருளாதாரத்தோட சம்பந்தப்பட்டிருக்கு. யார் இதை வெறுத்தாலும், யார் தூங்கலேன்னாலும், இதை மட்டும் நிறுத்தவே முடியாது. நாம இந்த இடத்தைவிட்டுட்டு வேற எங்கேயாவது போக முடியாதா... ஹரித்துவார் ரொம்ப அமைதியா இருக்கும்னு நீ சொல்லுவ இல்லையா... நாம அங்க போயிடுவோமா?’ என்பார் அப்பா.

இப்படிப் பேசுவதைக் கேட்டவுடன் என் தம்பி, ‘அப்பா இப்போ வேற உலகத்துக்குப் போயிட்டாரு’ என்பான்.

என்னுடைய மூத்த சகோதரி, தத்துவார்த்தமாக, ‘ஒரு விளக்கு அணையுற சமயத்துலதான் ரொம்பப் பிரகாசமா எரியுமாம். அது மாதிரி அப்பாவோட ஞாபகத்திறனைப் பார்த்தா, அவரோட விளக்கு அணையப்போகுதோன்னு தோணுது’ என்பாள்.

நான் இவை எல்லாவற்றையும் கேட்டுவிட்டு, நடுநிலையுடன் யோசிப்பேன். அப்பாவுக்கு இப்படி ஞாபகம் பீரிட்டெழும்போது, அவரிடமிருந்து சில ரகசிய உண்மைகளைத் தெரிந்துகொள்ளலாம். அதனால் அவர் நிறுத்த இயலாமல் பேசத் தொடங்கும்போது, ஞூஅப்பா உங்களுக்கு அம்மாவை ஞாபகம் இருக்கா?’’ என்று கேட்பேன்.

சிறிது நேரம் அமைதியாக இருந்துவிட்டு அவர், ‘முப்பது வருஷம் ரொம்ப நீளமான காலம். அவ இப்போ எங்கேயாவது பொறந்திருக்கணும்னு சில சமயம் தோணும். ஆனா நான் நினைச்சது தப்பு’ என்றும் சொல்வார்.

'அப்படின்னா அம்மா இப்போ எங்கயாவது பொறந்திருக்க மாட்டாங்களாப்பா?'

'மாட்டா'

'உங்களுக்கு எப்படி அது தெரியும்?'

'இதென்ன கேள்வி... எப்படித் தெரியும்னு என்னைக் கேக்கற... நேத்து ராத்திரி அவ இங்க வந்தா. யாரோ மாதிரி தூரத்துல நின்னு என்னை விசாரிச்சா. ரொம்ப வலிக்கிதான்னு கேட்டா. அவ இப்படிக் கேட்டப்போ எனக்குக் கோபம் வந்திருக்கணும். ஆனா, அவமேல எனக்குக் கோபம் வரலை.'

'ஏன் கோபம் வரலப்பா?'

'அவ உயிரோட இருந்தப்ப, அவளுக்கு நான் எந்த சந்தோஷத்தையும் குடுக்கலை. அவளை நான் எப்பவும் வெறுத்துக்கிட்டே இருந்தேன். இப்போ இறந்த பிறகு, அதுவும் 30 வருஷத்துக்குப் பிறகு அவளுக்கு மனக்கஷ்டத்தை ஏன் நான் தரணும்... அந்த உலகத்துல அவ வாழுற நாள் குறைஞ்சுக்கிட்டே வருது. இப்போ அவ திரும்பப் பிறக்கலாம்னு நினைக்கிறேன்.'

'உங்களுக்கு இதெல்லாம் எப்படித் தெரியும்ப்பா?'

'இது ரொம்பச் சாதாரண விஷயம். நான் முன்கோபக்காரன்தான். மூர்க்கன்தான். இருந்தாலும் நான் அவளோட புருஷன். அவ என் பக்கத்துல வந்து என்னைத் தொடாம, தூரத்துல நின்னுக்கிட்டே எங்கிட்ட பேசினா. நான் அவகிட்ட, 'இப்ப இங்க எதுக்கு வந்துருக்க... என் வலியைக் குறைக்கவா... இல்ல நான் வலியில கஷ்டப்படுறதைப் பார்த்து சந்தோஷப்படவா?'ன்னு கேக்க நினைச்சேன். அப்புறம் வேண்டாம் நாம இப்படிப் பேசக் கூடாது. அதுக்கு எனக்கு உரிமை இல்லைன்னு அமைதியா இருந்துட்டேன்.'

'சரி, அம்மாவை விடுங்க. உங்க அம்மா, அப்பா எப்போவாவது வந்துருக்காங்களா?'

'ஆமா. அன்பால்லாம் வந்து பார்க்கலை. பரிதாபத்தோட வந்து பார்த்தாங்க. நான் என் அப்பாவுக்கு அடங்காத மகன். என்னோட அம்மாவுக்கும் என்னைப் பார்த்தா பயம்தான். ஆக, அவங்க எப்போல்லாம் என்னை வந்து பார்க்கறாங்களோ, வெளி ஆளுங்களைப்போலவே வந்து பார்த்துட்டு போயிடுவாங்க. போகும்போது அம்மா என் தலையைக் கோதி, 'பொறுமையா இரு. இந்த வலியை நீ நிச்சயம் தாங்கிக்கத்தான் வேணும்'னு சொல்லிட்டு போவாங்க.'

இப்படியாகத்தான் அவர் எங்களிடம் பேசிக்கொண்டிருப்பார். நாங்கள் அனைவரும் அதைக் கேட்டுக்கொண்டிருப்போம். இந்தப் பேச்சுவார்த்தைகள் நடக்கும்போது, யாராவது ஒருவர் மற்ற வேலைகளைப் பார்ப்பதற்குச் செல்வார்கள். சில சமயங்களில் நான் மட்டுமே அங்கு அமர்ந்திருப்பேன். ஏதாவது ரகசியமான விஷயங்களை அவரிடமிருந்து பெறுவதற்காக, 'அப்பா! நீங்க நிறைய தங்கம், வெள்ளியெல்லாம் சேர்த்து வெச்சுருக்கீங்கன்னு எல்லாரும் சொல்றாங்க. அதை எங்கேயாவது ஒளிச்சுவெச்சுருக்கீங்களா... இல்ல யாருக்காவது குடுத்துட்டீங்களா?' என்று தனியாக இருந்தபோது கேட்டேன்.

அப்பா அதிர்ச்சியடைந்ததுபோலத் தெரிந்தது. மற்ற உலகத்துடனான அவருடைய தொடர்பு திடீரென அறுந்ததைப்போல இருந்தது. என்னைச் சிறிது நேரம் உற்றுப் பார்த்துவிட்டு, "இப்ப ஏன் இந்தக் கேள்வியைக் கேக்கறே?" என்று கேட்டார்.

'உங்க சொத்துமேல இருக்குற பேராசையால நான் இதைக் கேக்கலை. ஆனா, எனக்கு அதைப் பத்தி தெரியணும். எல்லாரும் நீங்க ஒரு பெரிய தொழிலதிபரா இருந்தீங்கன்னும், நீங்க வட்டிக்குவிட்டு சம்பாதிச்சதாகவும் சொல்றாங்க. நீங்க நிறைய சொத்து சேத்துவெச்சுருக்கீங்கன்னு சொல்றாங்க.'

'அவங்க அப்படிச் சொல்றதுல தப்போ, தப்பில்லையோ தெரியாது. ஆனா நீ கேட்ட இந்தக் கேள்விதான் என்னைக் குழப்புது.

என் முடிவு வந்துடுச்சுன்னு நீ நினைக்கறியா... அதனால எல்லா உண்மையும் தெரியணும்னு நினைக்கிறியா... எனக்கு நூறு வயசுன்னு விதி இருக்கு. எப்போ சொல்லணும்னு எனக்குத் தெரியும். அப்போ என் சேமிப்பைப் பத்தி நான் சொல்வேன். இப்போ இல்ல. என் சொத்து வேண்டாதவங்க கையில கிடைச்சு அழிஞ்சிடக் கூடாது.'

தன் சொந்தப் பிள்ளைகளிடம் யாராவது இப்படியெல்லாம் நடந்துகொள்வார்களா... கடவுள்தான் அவருக்கு வழிகாட்ட வேண்டும். அவர் தன் தவற்றை உணர வேண்டும் என்று நினைத்தேன்.

'அப்பா உங்க சேமிப்பைப் பத்தித் தெரிஞ்சுகிட்டா அதை எங்கிட்ட குடுத்துடுங்கன்னு நான் கேப்பேன்னு நினைக்கிறீங்களா?'

'இல்ல, எனக்கு அந்த பயமில்ல. உனக்கு அது தேவையுமில்ல. அதைப் பத்திச் சரியான சமயத்துல உனக்குத் தெரியவரும். சேமிப்பைப் பத்தித் தெரிஞ்சுக்கணுங்கற உன் ஆசை சரிதான். ஆனா நீ அதைப் பத்தின ஆசையோடயே இருக்கக் கூடாது.'

'அப்படின்னா, அதைத் தெரிஞ்சுக்க நான் சரியான நபர் இல்லைன்னு நீங்க நினைக்கிறீங்களா?.'

'உனக்கு அதுக்கான தகுதி இருக்கோ, இல்லையோ... தகுதிங்கற கேள்வியே இங்க இல்ல. அது தேவையைப் பொறுத்து. மழை பெய்யும்போது எல்லா இடத்துலயும் பெய்யும். கடல்ல மழை பெய்யும், வயல்ல, நதியில, ஓடையில, சாக்கடையில இங்கல்லாம் பெய்யும். மழையால கடல் விம்மிப் பெருகாது. சாக்கடைக்கு அந்தத் தண்ணி தேவைப்படாது. ஆனா, மழை பெய்யறதை விடாது. அதனால இங்க யாருக்காவது தகுதி இருக்கா,இல்லையாங்கற கேள்வி இல்லை. நேரம் வரும்போது தானாகவே உனக்கு இதைப் பத்தித் தெரியும். உன்னோட பங்கு உனக்கு கிடைக்கும்.'

'நீங்க சேமிச்சது எதுவும் அசையா சொத்து இல்ல. அதனால அதையெல்லாம் எலியும் கரையானும் அழிச்சிட்டா என்ன செய்றது?'

'இல்ல. எலியோ, கரையானோ அதை அழிச்சிடும்னு பயமே வேணாம். உங்க கண்ணுக்கு எதுவெல்லாம் தெரியிதோ, அதுதான் என்னோட அசையா சொத்து. உங்க கண்ணுக்கு எது தெரியாம இருக்கோ, அதுதான் என் அசையும் சொத்து. அந்த அசையும் சொத்துதான் ஒரு மர்மம். நான் உயிரோட இருக்கும்போதே எப்படி அதை உங்கிட்ட சொல்ல முடியும்... சொல்லாத ரகசியம்தான் உண்மை. உண்மை எப்பவும் மர்மம்தான். நீ நிச்சயமா உண்மையை நேருக்கு நேர் சந்திப்பே. ஆனா இப்ப இல்ல. எப்போ நேரம் சரியா இருக்கோ, அப்போ நானே உனக்குச் சொல்லுவேன். நீ அதைப் பத்திப் பதட்டப்படாம இரு.'

அப்பாவின் உடல்நிலை இயல்புநிலைக்குத் திரும்பவில்லை. ஆனால் என்னுடைய விடுமுறை நாட்கள் முடிந்துவிட்டன. நான் என் வேலைக்குத் திரும்பினேன். அப்பாவின் நோய் நீண்ட நாட்கள் நிலைக்கவில்லை. அவர் நோயிலிருந்து விடுபட்டு, உடல் தேறி எங்களுடைய கணிப்பு பொய் என நிரூபித்தார். தன்னுடைய இயல்பு வாழ்வுக்குத் திரும்பினார்.

இரண்டு நாட்களுக்கு முன்பு என்னுடைய அக்கா அழைத்து அப்பாவின் உடல்நிலை நன்றாக இருக்கிறது என்றும், என்னிடம் சொல்ல அப்பாவிடம் ஏதோ செய்தி இருக்கிறது என்றும் சொன்னாலும், நான் அதை அலட்சியமாக விட்டுவிட்டேன். எனக்கு வெறுப்பும், கோபமும் இருந்தன. என்னிடம் சொல்ல அவரிடம் என்ன செய்தி இருக்கப்போகிறது, என்று நினைத்தேன்.

அவர் தனக்கான ஒரு நாளைக் குறித்துவைத்திருக்கிறார். நானும் அதற்காகக் காத்துக்கொண்டிருந்தேன். அவருடைய ரகசியம் ரகசியமாகவே இருக்கட்டும். அந்த ரகசியம் வெளியே தெரியும்போது எதுவுமே மிஞ்சியிருக்காது. அவருடைய மறைக்கப்பட்ட ரகசியம்... ரகசியமாக... ரகசியமாகவே இருந்துவிட்டுப் போகட்டும் என்று எண்ணினேன்.

முதல் நாள் மாலையில்தான் அவருக்கு உடல்நிலை சரியாக இல்லை என்ற செய்தி வந்து சேர்ந்தது. கிராமத்திற்குச் செல்ல அப்போது எந்த ஒரு வண்டியும் இல்லை. இரவில் அங்கு செல்வதற்கு ஓட்டுநர்களும் கிடைக்க மாட்டார்கள். செய்தி கிடைத்ததும், மிகவும் குழப்பத்தில் இருந்தேன். என் தம்பியிடம் 'உடனே கிளம்பி வரணுமா?' என்று கேட்டேன்.

ஆனால் இந்தக் கேள்விக்கு யாரால் பதிலளிக்க முடியும்... இதைவிட மோசமான நிலையிலிருந்து அப்பா உடல் தேறி வந்திருக்கிறார். இந்த முறை அவருடைய உடல்நிலை பழையபடி இருந்தாலும், அவருடைய மனநிலை மிகவும் பலவீனமாக இருந்தது. அவர் பேசுவது குறைந்துகொண்டே வந்தது. அவருடைய குரல் கிணற்றிலிருந்து ஒலிப்பதுபோல் இருந்தது.

தம்பி 'இப்போ ராத்திரி ரொம்ப நேரம் ஆச்சு. நீ நாளைக்கே புறப்பட்டு வா' என்று சொன்னான்.

ஆனால் காலையில் எழுந்தவுடன் முதல் அழைப்பே அப்பா நிரந்தரமாக எங்களைவிட்டுப் பிரிந்துவிட்டார் என்பதாக இருந்தது. செய்தி கேட்டதும் நேற்றே நான் போயிருக்கலாம் என என்னை நானே நொந்துகொண்டேன். நேற்று சென்றிருந்தால் அவரைக் கடைசியாக ஒரு முறை பார்க்கச் சந்தர்ப்பம் கிடைத்திருக்கக்கூடும்.

'சரி என்ன விதியோ... அதுதான் நடந்திருக்கு. நான் உடனே வர்றேன். நான் வந்த பிறகு மத்ததையெல்லாம் பார்த்துகலாம்' என்று சொல்லிவிட்டு நான் கிளம்பினேன்.

நீண்ட பிராயாணத்திற்குப் பிறகு வீட்டை அடைந்தேன். எனக்காகக் காத்திருந்து அனைவருக்கும் பொறுமை போய்விட்டது. யார் வீட்டிலும் சமையல் இல்லை. அப்பாவின் உடல் மெல்ல அழுக ஆரம்பித்திருந்தது. இருந்தாலும் என் தம்பி மற்றவர்களிடம், 'அவன் தோ இப்ப வந்துடுவான். இத்தனை நேரம் நாம அவனுக்காகக் காத்துக்கிட்டு இருந்தோம். ரொம்ப தூரத்துலருந்து கடைசி முறையா

அப்பாவைப் பார்க்க வர்றான். இன்னும் கொஞ்ச நேரம் காத்திருப்போம்' என்று அவன் கேட்டுக்கொண்டதால் அவர்கள் காத்துக்கொண்டிருந்தனர். நான் போய்ச் சேர்ந்தவுடனேயே அவர்கள் பாடையை அலங்கரித்து, சடங்குகளைச் செய்ய ஆரம்பித்தனர். விறகுகளை அடுக்கினர். சடங்குக்காக சோறு வடித்தனர்.

அப்பாவின் பழைய துணிகள் அகற்றப்பட்டு, புதுத்துணி அணிவிக்கும்போது, அவருடைய மேல் அங்கியின் பையில் ஒரு சிறிய தாள் இருப்பதைப் பார்த்தேன். அந்தத் தாளை வெளியில் எடுத்தேன். காஸ் லைட் வெளிச்சத்தில் அந்தத் தாளில் காணப்பட்ட சாய்ந்த எழுத்துகளைப் படிக்க முடியவில்லை. அதுவும் மரண வீட்டின் அலமலப்புகள் வேறு. அதை என் பையில் போட்டுக்கொண்டேன். இறுதிச்சடங்குகள் நடந்தபோது அதைப் பற்றி மறந்தேவிட்டேன். ஆனால், திடீரென நதியில் சென்று தலை முழுகும்போது அது நனைந்துவிடுமோ என்று பயந்து, அந்தத் தாளை என்னுடைய சிறிய பர்ஸில் வைத்துக்கொண்டேன்.

மரணமும், அதைத் தொடரும் சடங்குகளும்... புரோகிதர்களுக்கும் உறவினர்களுக்கும், கிராமத்து மக்கள் அனைவருக்கும் முதலில் உணவு கொடுக்க வேண்டும். இவை அனைத்திலும் ஈடுபட்டுக்கொண்டிருந்ததால், என் பணப்பையில் இருந்த அந்தத் தாளைப் பற்றி நான் மறந்தே போய்விட்டேன்.

மிகவும் கவனத்துடன் மடிக்கப்பட்டு, கையால் எழுதப்பட்ட - என் தந்தையால் இறுதியாகக் கையால் எழுதப்பட்டது என்றுகூடக் கூறலாம் - அந்தத் தாளை, 14 நாட்கள் நான் எப்படி மறந்து போனேன் என்பது எனக்கே ஆச்சரியமாக இருக்கிறது. அப்படித்தான் மறக்க வேண்டும் என்பது விதியோ என்னவோ... அல்லது என் அப்பாவும் அதைத்தான் விரும்பியிருந்தாரோ என்னவோ... ஏனெனில், கிராமத்தில் இருந்த அந்த 14 நாட்களும் அந்தத் தாளைவிட்டு விலகியே இருந்தேன்.

14 நாட்கள் காரியம் முடிந்த பிறகு நான் என் வீட்டிற்குத் திரும்பிச் சென்றேன். காரிலிருந்து கீழே இறங்கும்போதே என் மனைவியிடம் உயிருள்ளதுபோலவே தோற்றமளிக்கும், சட்டமிடப்பட்ட அப்பாவின் புகைப்படம் ஒன்று இருந்தது. அதனுடன் சில கற்பூர மாலைகளையும் அவள் வைத்திருந்தாள். நாங்கள் வண்டியிலிருந்து இறங்கி, பெட்டி படுக்கைகளை உள்ளே எடுத்துச் செல்வதற்கு முன்பே அவள் புகைப்படத்தை, எங்கள் படுக்கை அறையில் இருந்த ஓர் அலமாரியில் வைத்து, அதைச் சுற்றி கற்பூர மாலைகளை அணிவித்தாள்.

வீட்டுக்குள் நுழைந்ததும், 'படத்தை நீ ஏன் இங்க வெச்சே... சாமி அறையில வெச்சா காலையில படத்துக்கு முன்னாடி விளக்கேத்தி, ஊதுவத்தி கொளுத்துவேன் இல்ல?' என்று கேட்டேன்

'இல்லை, அப்பாவோட படத்தை அங்க வெக்கிறது சரியில்லை. அங்க வெச்சு, கடமைக்காக கும்பிடுறதைவிட நம்ம நினைவுல வெச்சுக்கறதுதான் ரொம்ப முக்கியம். காலைல எழுந்தோம்னா அவரைக் கும்பிட்டு, தூங்கப்போறதுக்கு முன்னாடியும் அவரைக் கும்பிட்டு, அவரை நம்ம மனசுல வெச்சுக்கணும். அதுதான் சரி' என்றாள்.

அவள் பேசியதைக் கேட்டவுடன், திடீரென எனக்கு அந்தச் சிறிய தாளின் ஞாபகம் வந்தது. உடனே நான் அதை வெளியில் எடுத்தேன். அப்பா இறப்பதற்கு முதல் நாள்தான் அதை எழுதியிருக்க வேண்டும். ஏனெனில், அந்த வார்த்தைகள் வலியில் தோய்ந்தவைபோலக் காணப்பட்டன.

'போன முறை வந்தப்போ நீ கேட்ட கேள்வி, என்னை சாவோட கடைசிவரை துரத்திக்கிட்டே இருக்கும். அதைக் கேக்க உனக்கு உரிமை இருந்தது. ஆனா நீ அதைக் கேட்டபோது, அதுக்கு பதில் சொல்ற தகுதிதான் எனக்கு இல்லை. தகுதியை நான் இழந்துட்டேன். அதே மாதிரி என் சொத்தையும் இழந்துட்டேன். அப்பா எங்கேயோ சொத்தை மறைச்சு வெச்சுருக்காருன்னு நீங்க எல்லாரும் நம்பிக்கிட்டு

இருக்கறதை, இல்லைன்னு சொல்ல எனக்கு மனசு வரலை. சொல்லாம இருந்ததுல என் சுயநலமும் இருந்தது. எனக்கு நூறு வருஷம் வாழணும்னு ஆசை. ஆனா, என் வாழ்க்கை என்னோட கட்டுப்பாட்டுல இல்லைன்னு புரிஞ்சுகிட்டப்பவும், சாவை நோக்கி ரொம்ப வேகமா போறேன்னு உணர்ந்துக்கிட்டப்பவும் உடனே இதை எழுதினேன். அன்னிக்கு உன்கிட்ட உண்மை எப்பவுமே மர்மம்தான்னும், உண்மை வெளிப்படும்போது நமக்கு ஏமாற்றம்தான் மிஞ்சும்னும் சொன்னேன். ஆனா சாகுற நேரத்துல என்னுடைய வேண்டுதல் எல்லாமே நீங்க எல்லாரும் சந்தோஷமா இருக்கணும்கிறதுதான். அதனாலதான் அந்த ரகசியத்தை ஒரு மர்மமாகவே நான் வெச்சுக்கிட்டு இருந்தேன். உன்னால முடியும்னா அந்த ரகசியத்தை நீ மறந்துட்டு. சந்தோஷமா இரு' என்று எழுதப்பட்டிருந்தது.

என் கண்களிலிருந்து கண்ணீர் பெருகி ஓடியது. என் மனைவி என் கையில் இருந்த தாளை வாங்கி அதில் இருப்பதை வாசித்தாள். பிறகு என் கண்ணீரைத் துடைத்தபடி, 'சாகும்போது வேண்டிக்கிட்டா எப்பவும்ம் நிறைவேறாமலே போகாது. ஒரு அப்பாவால இதுக்கு மேல நாம சந்தோஷமா இருக்க வேற எதைக் கொடுத்திருக்க முடியும்?' என்று கேட்டாள்.

விருப்பம் நிறைவேறியது

பயணம் போகப்போகும் அவசரத்தில், அப்பா வேகமாகக் குளியல் அறைக்குள் சென்றபோது வழுக்கி, கீழே விழுந்துவிட்டார்.

ஓடிச் சென்று அவரைத் தூக்கினோம். அவருக்கு சுயநினைவில்லாமல் போய்விட்டது. உடனே மருத்துவமனைக்கு எடுத்துச் சென்றோம். மருத்துவர் அவரை நன்றாகப் பரிசோதித்துவிட்டு, அவருக்குப் பக்கவாதம் வந்துவிட்டதாகச் சொன்னார். பக்கவாதமா! அவர் அதிலிருந்து எப்போது குணமடைவார் என்று யாருக்கும் தெரியவில்லை.

முதலில் காலவரையின்றி விடுப்பில் இருந்தார். அதில் அவரின் எட்டு மாதங்கள் ஈட்டிய விடுப்பு அனைத்தும் முடிந்துபோனது. இந்தச் சமயத்தில் அவரிடம் காணப்பட்ட சிறிதளவு முன்னேற்றம், முழுவதுமாக அசைவில்லாமல்போன அவருடைய கை இப்போது சிறிது அசையத் தொடங்கியதுதாக இருந்தது. ஊன்றுகோலின் உதவியால் அவர் இழுத்து இழுத்துச் சிறிது நடக்க முயற்சி செய்தார்.

மருத்துவர்கள் எங்களை ஆறுதல்படுத்துவதற்காக, அவரின் உடல்நிலையில் நல்ல முன்னேற்றம் இருக்கிறதென்றும், சில நாட்கள் உடற்பயிற்சி செய்து நன்றாக கை கால்களை உருவிவிட்டால், அவர் முழுவதும் குணமடையாவிட்டாலும் தன்னுடைய வேலைகளைத் தானே செய்துகொள்ளும் அளவிற்கு உடல்நலனில் முன்னேற்றம் ஏற்படும் என்றும் கூறினார்கள். அவருடைய விடுமுறை அனைத்தும் தீர்ந்துவிட்டதால், அவர் இப்போது மருத்துவ விடுப்பில் பாதிச் சம்பளம் வாங்கிக்கொண்டிருந்தார்.

அப்பா மெதுவாக உடல் தேறி வந்தார் என்பது உண்மைதான். ஆனால் அவர் முற்றிலும் குணமடைந்துவிடுவார் என்று தோன்றவில்லை. மீண்டும் வேலையில் சேர்ந்து, தன் பொறுப்புகளை அவரால் செய்ய முடியும் என்பது நிச்சயமில்லாமல் இருந்தது. பாதிச் சம்பளத்தில் கிடைத்த விடுமுறையும் முடிவுக்கு வரவிருந்தது. மருத்துவர் செலவு, மருந்துச் செலவு, சாப்பாடுச் செலவு இவை யாவும் அதிகமானதே தவிர அவர் உடல்நலம் தேறவில்லை. இந்தச் செலவின் காரணமாக, எங்கள் வீட்டின் நிலைமையும் பக்கவாதம் வந்த ஒரு நோயாளியைப்போலாகி, பொருளாதார நிலைமை இழுத்துக் கொண்டு சென்றது.

கீழே விழுந்து பக்கவாதம் தாக்குவதற்கு முன்பு, அவர் தன் பிராவிடண்ட் ஃபண்டிலிருந்து பணத்தை எடுத்து, என் தங்கையின் திருமணத்தை முடித்திருந்தார். அதனால் பிராவிடண்ட் ஃபண்டிலிருந்து பணம் எடுக்கும் சாத்தியமும் இல்லை. அப்பாவின் நிலை இப்படியே இருந்தால் என் தம்பியின் படிப்பு என்னாவது... என் மற்றொரு தங்கையின் திருமணம் நடக்க வேண்டும். அவள் படிப்பை நிறுத்திவிட்டு வீட்டில் சும்மா இருந்தாள். இவையெல்லாம் என்னை அமைதிழக்கச் செய்திருந்தன. அப்பாவின் பணத்தை வீணடித்து நான் எம். ஏ டிகிரி முடித்திருந்தேன். அதற்குப் பிறகு

பி. எட் படிக்கலாம் என்று யோசித்திருந்தேன். ஆசிரியர் பணி கிடைக்க அது உதவலாம். அதையும் படித்துவிட்டு, ஆசிரியர் பெயர்

பட்டியலில் என் பெயர் வருவதற்காகக் காத்துக்கொண்டிருந்தேன். அது மிகவும் தாமதமாகிக்கொண்டு வந்தது. அதற்குரிய வயதுகூட எனக்குத் தாண்டிவிடும்போல இருந்தது. வேறு எந்த வருமானமும் இல்லாததால், நான் திருமணம் செய்துகொள்ளும் எண்ணமில்லாமல் இருந்தேன். ஆனால் என் அப்பாவின் அதிக வற்புறுத்தலாலும், பிடிவாதத்தாலும் திருமணம் என்ற பெரிய பொறுப்பையும் ஏற்றுக்கொண்டேன். திருமணத்திற்குப் பிறகு என்னுடைய குடும்பம் பெரிதானது. ஆனால் எதுவும் சம்பாதிக்காமல், இவர்கள் அனைவரையும் கட்டிக் காப்பது என்பது மிகவும் சிரமமாக இருந்தது.

இன்றைக்கு எனக்கொரு கடிதம் வந்தது. அப்பாவின் உடல்நலம் காரணமாக அந்தக் கடிதத்தை மிகவும் ஆவலுடன் பிரித்து வாசித்தேன். அதில் சில வரிகளே இருந்தன.

'உங்களைப் பற்றிய ரகசிய அறிவிப்பில், உங்களுக்கு உடல்நிலை சரியில்லை என்றும், உங்களால் பொறுப்புகளை ஏற்றுக்கொண்டு வேலையைத் தொடர முடியாது என்றும் தெரிகிறது. அதனால் இந்தக் கடிதம் கிடைத்தவுடன், உங்களை நாங்கள் ஏன் வற்புறுத்தல் ஓய்வு எடுக்குமாறு கூறக் கூடாது என்பதற்கான பதிலை அனுப்பவும். 15 நாட்களுக்குள் இதற்கான பதிலை அனுப்புங்கள். உங்களிடமிருந்து எந்த பதிலும் வராவிட்டால், விருப்ப ஓய்வு பெறுவதில் உங்களுக்கு எந்த ஆட்சேபனையும் இல்லை என்று எங்களால் கருதப்பட்டு, உங்களுக்கு கட்டாயமாகப் பணியிலிருந்து ஓய்வு அளிக்கப்படும்.'

அந்தக் கடிதத்தைப் படித்தவுடன், நான் சிறிது சிறிதாக செயலிழந்து போவதுபோல் தோன்றியது. அப்பாவுக்குக் கட்டாய ஓய்வு கொடுத்துவிட்டால், பிறகு எங்கள் வீட்டை எப்படி நடத்திச் செல்வது... என் தம்பி தன் படிப்பை எப்படி முடிப்பான்... இப்போது நாங்கள் அவரின் பாதிச் சம்பளத்தைக்கொண்டு சமாளித்துவருகிறோம். மளிகைக்கடைக்காரர்கள் வர வர எங்களைப் பார்த்தால் கண்டுகொள்வதில்லை. எங்களால் மளிகைச் சாமான்களுக்குரிய பணத்தைத் தர முடியுமா என்ற பயம் அவர்களுக்கு இருப்பது

நியாயம்தான். அப்பா ஓய்வும் பெற்றுவிட்டால், ஒரேயடியாக எங்களை ஒதுக்கிவிடுவார்கள். இதற்குமேல் அப்பா இந்த வியாதியால் இன்னும் எத்தனை காலம் கஷ்டப்படுவார் என்றும் தெரியாது. மருந்து தவிர்த்து, மருத்துவருக்கும் பணம் கொடுக்க வேண்டும். இது எல்லாவற்றுக்குமான பணம் எங்கிருந்து வரும்... இதற்கெல்லாம் யார் பொறுப்பெடுத்துக்கொள்வார்கள்?

அவருடைய சம்பளத்திலேயே மாதக் கடைசியைச் சமாளிப்பது மிகவும் கஷ்டமாக இருக்கும்போது, அவருக்கு எவ்வளவு பென்ஷன் வந்துவிடப் போகிறது?

அப்பாவிடம் இந்தக் கடிதத்தை காண்பிப்போமா, வேண்டாமா என்று நான் யோசித்தேன். இந்தக் கடிதத்தை அவரிடம் காட்டி என்ன பயன்... அவருக்குத் தேவையில்லாமல் ஒரு பாரம் ஏறிவிடும். இல்லை, அவரிடம் இந்தக் கடிதத்தைக் காட்டுவதற்கு பதில், அவருடைய உயரதிகாரியிடம் நான் போய்ப் பேசலாம் என்று நினைத்தேன். பேசி என்ன செய்யலாம் என்று திட்டமிடலாம்.

மறுநாள் அப்பாவின் அலுவலகத்திற்குச் சென்று அவருடைய உயரதிகாரியைச் சந்தித்தேன். அவர், அப்பாவின் உடல்நிலையைப் பற்றி விசாரித்துவிட்டு, பிறகு சம்பிரதாயத்திற்கு அவருடைய வருத்தத்தைத் தெரிவித்தார். அவரிடம் நான் தலைமை அலுவலகத்திலிருந்து வந்திருந்த கடிதத்தைக் காண்பித்தேன்.

அதை வாசித்தவுடன் அவர் என்னிடம், 'வேற என்ன செய்ய முடியும்... பக்கவாதத்துலருந்து சரியாகறது ரொம்பக் கஷ்டம். இன்னும் சொல்லப்போனா வேலை விஷயமா அவர் ஊர் ஊரா சுத்தணும். மத்த ஆபீஸ்ல இருக்குற தவறையெல்லாம் சரிசெய்யணும். அவரை இனிமே எங்களால நம்ப முடியாது. அதனால நான்தான் அவருக்குக் கட்டாய ஓய்வு தரணும்னு பரிந்துரை செஞ்சேன்' என்று கூறினார்.

‘எனக்கு உங்க நிலைமை புரியுது சார். ஆனா, எங்கள் குடும்பத்துல நிதி நிலைமை ரொம்பக் கொடுமையா இருக்கு. இதுவரைக்கும் எனக்கு எந்த வேலையும் கிடைக்கலை. அப்பாதான் வீட்டுக்காகச் சம்பாதிக்கிற ஒரே ஆள்’ என்றேன்.

‘வேற என்ன செய்ய முடியும்... ஒரு குடும்பத்தைப் பத்தி யோசிச்சு ஆபீஸ் வேலையையெல்லாம் நிறுத்த முடியுமா... இன்னும் வேலைக்கும் வராம இதே மாதிரி அவர் லீவு போட்டுக்கிட்டேபோனா அரசாங்கத்தால அவரோட இடத்துக்கு இன்னொருத்தரைப் போட முடியாது. அதனாலதான் நான் அவருக்குக் கட்டாய ஓய்வு கொடுக்கணும்னு சொன்னேன்’ என்றார்.

‘சரி! இப்ப யாராவது மருத்துவக் காரணத்துனால வேலை செய்ய முடியாமப்போனா, அவர் குடும்பத்துல யாராவது ஒருத்தருக்கு அந்த வேலையைத் தருவாங்களா... அதுக்கு வாய்ப்பு ஏதாவது இருக்கா?’ என்று கேட்டேன்.

‘கொஞ்ச நாளைக்கு முன்ன அப்படி ஒரு வாய்ப்பு இருந்துச்சு. இப்ப அது நடைமுறையில இல்லை. கருணை அடிப்படையில, வேலையில இருக்கும்போதே யாராவது ஒருத்தர் இறந்துட்டா, அப்போ அவர் குடும்பத்துல ஒருத்தருக்கு வேலை தரலாம்னு சட்டம் இருக்கு’ என்று கூறினார்.

மிகவும் நொந்துபோய் நான் வீடுக்குத் திரும்பினேன். வழியில் பிரதிமா மிஸ்ராவைப் பார்த்தேன். என்னைப் பார்த்ததும் அவள் தன் பஜாஜ் ஸ்கூட்டரை நிறுத்திவிட்டு, வணக்கம் சொன்னாள். ஒருகாலத்தில் அவள் என்னுடைய டியூஷன் மாணவி. அவளுடைய அப்பாவும் இதே அலுவலகத்தில் ஓர் அதிகாரியாக வேலை பார்த்துக்கொண்டிருந்தார். அரசாங்கப் பணத்தைக் கையாடல் செய்து, தணிக்கையில் கையும் களவுமாகப் பிடிபட்டதால், அவர் தன் மனம் பிழன்று, அவமானத்தில் தற்கொலை செய்துகொண்டார். அவர் இறந்ததால் கருணை அடிப்படையில் பிரதிமா அதே அலுவலகத்தில் ஊழியராகச் சேர்ந்துவிட்டாள்.

'எங்கே போய்க்கிட்டு இருக்கே?'

'ஆபீஸுக்குத்தான்.'

'ஓ! ஆமா நீ வேலை செய்யறேன்னு மறந்துபோயிட்டேன். வீட்டுல எல்லாரும் சௌக்கியமா?'

அப்பாவின் உடல்நிலை காரணமாக வெளியுலகச் செய்திகள் எனக்கு அதிகம் தெரியவில்லை.

'வீட்ல ஏதோ போய்க்கிட்டு இருக்கு.'

'உன் அப்பாவுக்கு வரவேண்டிய பணமெல்லாம் கிடைச்சுடுச்சா?' என்று கேட்டேன்.

'ம்... கிராஜுவிட்டி, பிராவிடண்ட் ஃபண்ட், எல்.ஐ.சி பணம் எல்லாம் வந்தாச்சு. அம்மாவுக்கும் ரெண்டு மாசமா பென்ஷன் வருது. எனக்கு வேலை கிடைச்சிடுச்சு. அதனால பணம் எல்லாத்தையும் என் தங்கை பேர்ல அவ கல்யாணத்துக்காகப் போட்டு வெச்சுருக்காங்க. அம்மாவோட பென்ஷனை வெச்சுக்கிட்டு நாளை ஓட்டறோம். என் சம்பளத்துக்கு எந்தச் செலவும் கிடையாது.'

'கட்டாய ஓய்வு கொடுப்பதற்கு முன்பு அப்பா இறந்துட்டார்னா எங்க வீட்டு நிதி நிலைமையும் முன்னேறிடும்' என்று ஓர் எண்ணம் எனக்குத் தோன்றியது.

'எனக்கும் ஒரு வேலை ஈஸியா கிடைச்சுடும். என் சம்பளத்தையும், அம்மாவோட பென்ஷனையும் வெச்சுக்கிட்டு கஷ்டப்படாம குடும்பத்தை நடத்திடலாம். மத்தபடி பிராவிடண்ட் ஃபண்ட், கிராஜுட்டி, எல்.ஐ.சி-லருந்து வர்ற சேமிப்புல தங்கை கல்யாணத்தை முடிச்சுடலாம். அப்போ வீடே மாறிடும். அதுக்கப்புறம் தேவைன்னு ஒண்ணு இருக்காது'ன்னு நினைப்பு ஓடியது.

அப்பாவால் தன் வாழ்நாளில் இப்படிப்பட்ட ஒரு நிறைவைத் தர முடியவேயில்லை. அவர் இறந்த பிறகு இத்தகைய நிலைமை

வீட்டிற்கு வரலாம். ஆனால், மரணம் என்பது நம் கட்டுப்பாட்டிலா இருக்கிறது?

அது எப்போது வர வேண்டுமோ, அப்போதுதான் வரும். சரி. அது கட்டாயம் அனைவருக்கும் ஏற்படக்கூடியதுதான். ஆனால், அப்பாவின் இந்தக் கடிதத்திற்கு, நாம் மேலதிகாரிகளுக்கு பதில் கூறாமல் விட்டுவிட்டால், அவர்கள் கட்டாயமாக அப்பாவுக்கு ஓய்வளித்துவிடுவார்கள். அதற்கு எத்தனை நாட்கள் ஆகும்... ஒரு மாதம் ஆகுமா... ஆனால் அப்பா ஒரு மாதத்திற்குள் இறந்துவிடுவாரா... அதற்கெல்லாம் சாத்தியமே இல்லை. அவர் சிறிது சிறிதாகச் சரியாகிக்கொண்டிருக்கிறார். பக்கவாதம் வந்த நோயாளிகள் வருடக் கணக்கிற்கு மெதுவாக இழுத்துக்கொண்டே பல வருடங்கள் வாழ்ந்துவிடுவார்கள். ஆனால் அப்படி இழுத்துக்கொண்டே வாழ்வதில் என்ன லாபம் இருக்கப்போகிறது... வீட்டில் தேவை அதிகரிக்க அதிகரிக்க, அவர் மேல் மரியாதை குறையத்தான் போகிறது. அவருடைய மருந்துகளைப் பற்றி யாரும் அக்கறைகொள்ளப்போவதில்லை. மேலும், அவரை யாரும் அக்கறையுடன் பார்த்துக்கொள்ளவும் மாட்டார்கள். மெதுவாக, சிறிது சிறிதாக அவரின் உடலின் பலம் குறையத் தொடங்கி, அவர் மலஜலம் கழிப்பதற்கும், சிறுநீர் கழிப்பதற்கும், அவரை தூக்கிக்கொண்டு செல்லவேண்டியிருக்கும். அவருடைய மனைவி, மருமகள், மகள்கூட இதை விரும்ப மாட்டார்கள். இப்படியெல்லாம் அவருக்கு மரியாதை கெடும் எனும்போது, அவர் இறப்பதே மேல் இல்லையா?

இறப்பதுதான் மேல். ஆனால் அவர் எப்படி இறப்பார்?

யாருமே மரணத்தை ஏற்றுக் சகொள்வதே இல்லை. அவர் விரும்பி இறக்க முடியாது. 'அவரை கொன்னுட்டா என்ன?'

இந்த எண்ணம் என் மனதில் தோன்றியதும், மின்சாரத்தால் தாக்கப்பட்டவன்போல அதிர்ச்சியடைந்தேன்.

'எத்தனை சுயநலமாவும், நன்றியில்லாதவனாவும் நான் அப்பாவைக் கொன்னுடலாம்னு நினைச்சுக்கிட்டு இருக்கேன்... எந்த மாதிரி நன்றி இல்லாத பிறவி நான். எத்தனை சுயநலம் எனக்கு. அப்பாவைக் கொன்னுடலாம்கற எண்ணம், என் சுயநலத்தால மட்டும் இல்லை... அது என் குடும்பத்து மேல இருக்குற அக்கறையினாலயும் தானே... சரி, அப்பா இதேபோல இன்னும் நான்கு மாசம் இருந்துட்டு இறந்துட்டா, அப்போ என்ன நடக்கும்... அவர் கட்டாய ஓய்வு பெற்றவரா இருப்பார். அவரோட இறுதிச்சடங்குக்குப் பணம் திரட்டுறதுகூட மிகப்பெரிய வேலையா எனக்கு இருக்கும்.'

அவரை நானே கொல்றதுக்கு பதிலா யாரையாவது வெச்சு கொன்னுடலாமா... இல்லை டாக்டர்கள்கிட்ட கேக்கலாமா... என்ன மாதிரி உதவி கேக்கலாம்... பக்கவாதம் வந்த ஒரு நோயாளி.. அவர் குணமடைஞ்சுடுவார்ங்கிற நம்பிக்கை இல்லவே இல்லாத பட்சத்துல, அவருக்குத் தப்பா ஏதாவது ஒரு மருந்தைக் குடுத்து கொன்னுட முடியுமா... மத்தவங்களுக்குத் தெரியாம அவரைக் கொன்னுடலாம்னு மருத்துவர்கள் ஒத்துக்கிட்டாலும், மத்தவங்களுக்குத் தான் தெரியாமப் போகும். ஆனா, மருத்துவர்களுக்கு நான் அப்பாவைக் கொன்ன மகனாகத்தானே இருப்பேன்... மருத்துவர்கள் பக்கவாதம் வந்தா மாரடைப்பும் வரும்னு சொல்றாங்க, அப்படி ஏதாவது நடக்கக் கூடாதா... அப்படி நடந்தா எல்லாம் சரியாயிடும். அடச்சே! என்ன பைத்தியக்காரத்தனம்! நான் நினைக்கிறபடியெல்லாம் நடந்துச்சுன்னா, எனக்கு எப்பவோ வேலை கிடைச்சிருக்கணும். நான் இப்படி உட்கார்ந்து கொடுமையான விஷயங்களைப் பத்தி யோசிச்சிக்கிட்டு இருப்பேனா?

இல்லை, இந்த வாய்ப்பு என் கையைவிட்டு நழுவுறதுக்கு முன்னாடி நான் ஏதாவது செஞ்சாகணும். மெதுவா கொல்லுற விஷம் எதையாவது அப்பாவுக்குக் குடுத்துடலாமா... அப்படில் குடுத்தால் என்ன நடக்கும்... குறிப்பிட்ட காலத்துக்குல்ல எதுவும் நடக்கலைன்னா என்னவாகும்... அவரை நாம ஆஸ்பத்திரியில சேர்க்கணும்.

அவருக்கான சிகிச்சைகள் தொடரும். அவர் இப்ப இருக்கறதுக்கு மேல கஷ்டப்படலாம். சரி தூக்க மாத்திரையை அளவுக்கு அதிகமா கொடுத்துடலாமா... ஆனா அப்படிக் கொடுத்தா அதுக்கு என்ன உத்தரவாதம்... இப்ப அதுக்கெல்லாம் நேரமே இல்லை. இன்னும் பதினைந்து நாட்களே இருக்கு. நிறைய நாட்களுக்கான திட்டத்தையெல்லாம் இப்போ போட முடியாது. குறைஞ்ச நேரத்துலயே அவர் மரணத்தை நான் நடத்திடணும். அப்படின்னா அவரைக் கொலை செய்யத்தான் வேணும். இரக்கமில்லாம கொலை செய்யணும். அவருக்கு விஷம் குடுத்தோ, கழுத்தை நெரிச்சோ, மூச்சடைக்க செஞ்சோ கொன்னுடணும். அப்பாவைக் கொல்லணும்னு நினைக்கும்போது என்னுடைய நெஞ்சம் படபடவென்று துடித்து, இத்தகைய எண்ணங்கள் எனக்குள் படர்வதை நினைத்து, நானே என்னை வெறுக்கத் தொடங்கினேன்.

ஆனால் அடுத்த நிமிடமே எங்களின் பெரிய குடும்பம், நாசமடைந்து போய்விடுமே, அதை நான் எப்படிப் பார்த்துக்கொண்டு இருக்க முடியுமென்ற எண்ணமும் தோன்றியது. அப்பாவின் சம்பளத்தைவைத்தே இந்த வீட்டின் செலவுகளைச் சமாளிக்க முடியவில்லை.

என் மனதில் நடந்த போராட்டத்தை நானே நியாயப்படுத்திக்கொள்ள பல உதாரணங்களைத் தேடத் தொடங்கினேன். சரித்திரங்களிலும் புராணங்களிலும் ஏதாவது உதாரணம் இருக்கிறதா என்று யோசித்தேன். எதுவும் நினைவுக்கு வரவேயில்லை. ஒருவரின் தந்தையை சிம்மாசனத்திற்காக, அரசாட்சியைப் பிடிப்பதற்காகக் கொன்றது மட்டும் நினைவில் வந்தது. நிச்சயம் அஜாத சத்ருவின் பெயர் மனதில் ஓடியது. ஆனால், அவனுக்கு வேறு காரணங்கள் இருந்தன. அவனுடைய இறுதிகாலத்தில், தான் செய்த தவற்றை உணர்ந்து அதற்காக மிகவும் வருந்தினார்.

இத்தகைய எண்ணங்கள் என்னை மிகவும் பெரும் குழப்பத்தில் ஆழ்த்தின. அன்று இரவு முழுவதும் என்னால் உறங்கவே முடியவில்லை. என் மனைவி மிக எளிதாக உறங்கிவிட்டாள். படுத்தவுடன் உறங்கிவிட்டாள். அவள் அருகில் என் மகன் படுத்துக்கொண்டிருந்தான். அவன் தலைக்குமேல் பறந்து கொண்டிருக்கும் கொசுவை அடிப்பதற்காக அவன் அருகில் சென்றேன். அப்போது என் மனைவி, தன் கையை குழந்தையின் மார்பில் போட்டுக்கொண்டு உறங்கிக்கொண்டிருந்தாள். கொசுவை அடித்துவிட்டு அவள் கையை குழந்தையின் மார்பிலிருந்து நகர்த்திவிட்டேன். அந்தச் சமயத்தில் அப்பா என் சகோதரியை அழைத்தார். ஒருவேளை சிறுநீர் கழிப்பதற்காகச் செல்ல வேண்டுமோ என்னவோ... என் சகோதரி தூங்கியிருக்க வேண்டும். அதனால் அவள் காதில் அது விழவில்லை. நான் அப்பாவின் அறைக்குச் சென்று, 'கழிவறைக்குப் போக வேண்டுமா?' என்று கேட்டேன்.

'இல்லை. எனக்கு தாகமா இருக்கு. ஒரு டம்ளர் தண்ணி குடு' என்றார்.

நான் அவருக்குத் தண்ணீர் எடுத்துச் சென்றேன். டம்ளரை வாங்கிக்கொண்டு அவர் மேஜையில் இருக்கும் அல்ப்ராக்ஸ் மாத்திரையை எடுத்துத் தரும்படி கூறினார். அதை விழுங்கிவிட்டு என்னிடம், 'எனக்கு தூக்கமே வரலை' என்றார். தன் கண்களை மூடித் தூங்குவதற்கு முயற்சி செய்தார். நான் அங்கு இருந்தபடி வீட்டைச் சுற்றிப் பார்த்தேன். வீடு முழுவதும் அவரின் மாத்திரைகள் கிடந்தன. சுவரில் கடவுள்களின் படங்கள் மாட்டப்பட்டிருந்தன. அதற்கு நடுவில் சிராவணகுமார், தன் பெற்றோர்களைத் தோளில் சுமந்து புண்ணிய ஸ்தலங்களுக்கு அழைத்துச் செல்லும் படம் இருந்தது. அதற்கு நேர் கீழாக நானும் அப்பாவும் இருந்த ஒரு படம் இருந்தது. நான் மூன்றாவது வகுப்பில் படிக்கும்போது ஒரு உதவித்தொகையை வென்றிருந்தேன். அப்பா என்னை மிகவும் மகிழ்ச்சியுடன் தன் மடியில் அமர்த்திக்கொண்டு ஒரு புகைப்படம் எடுத்துக்கொண்டார்.

அந்தப் புகைப்படத்தைப் பார்த்தவுடன் என் மனதில் இத்தனை நேரம் ஓடிய எண்ணங்களுக்காக வெட்கப்பட்டேன். வருத்தப்பட்டேன். கடவுளிடம் இத்தகைய பாவமான எண்ணங்கள் என் மனதில் ஓடியதற்காக மன்னிப்புக் கேட்டுக்கொண்டேன். என் தந்தையின் பலமிழந்த கால்களைத் தொட்டு அவரிடம் மனமார மன்னிப்புக் கேட்டேன்.

என் தொடுதலை உணர்ந்த அப்பா, ‘நீ இன்னும் தூங்கப்போகலையா... ராத்திரி ரொம்ப நேரமாச்சு. போய் தூங்கு. தூங்காம இருந்தா உடம்புக்கு ஆகாது’ என்றார்.

திடீரென என்னுள் உணர்ச்சிகள் பிரவாகமாகப் பொங்கி எழுந்தன. அவற்றைக் கட்டுப்படுத்த முடியாமல் நான் அழத் தொடங்கினேன்.

என்னை சமாதானப்படுத்துவதற்கு ‘நீ என்ன நினைக்கிறாய் என்று எனக்குத் தெரியும்’ என்றார்.

நான் அதிர்ச்சியடைந்தேன். பயந்துபோனேன். அப்பாவுக்கு நான் நினைக்கறதெல்லாம் தெரிந்துவிட்டதா?

‘நான் வியாதியில இப்படிப் படுத்துக்கிட்டு இருக்கும்போது குடும்பத்தை எப்படி நடத்தறதுன்னுதானே கவலைப்படுற... நீ கொஞ்சம்கூட அதைப் பத்தி எந்தக் கவலையும் படாதே. எல்லாம் அந்தக் கடவுளோட கையில இருக்கு. இது மாதிரி கஷ்டமான நேரத்துல, மனுஷனோட பொறுமையை அவர் சோதிப்பார்.’

‘உங்க ஆபீஸுலருந்து ஒரு லெட்டர் வந்துச்சுப்பா.’

‘என்ன லெட்டர்?’

‘உங்களுக்கு வேலை செய்ய உடம்புல வலு இல்லாதால உங்களுக்கு கட்டாய ஓய்வு தரப்போறோம்னு ஆபீஸுலருந்து லெட்டர் வந்திருக்கு.’

‘சரி! எனக்கு இன்னும் நிறைய சர்வீஸ் இல்லை. இன்னும் எட்டு

இல்லைன்னா பத்து மாசத்துல நானே ரிடையர்டு ஆகிடுவேன். அதனால கட்டாய ஓய்வை நான் இப்போ ஒத்துக்கலாம்.'

'எனக்கு உடம்பு மறுபடியும் பழையபடி சரியாகி, வேலைக்குச் சேர முடியும்னு நம்பிக்கை இல்லை. நான் ஓய்வு பெறுவதைப் பத்தின எந்தக் கவலையும் கிடையாது. உனக்கு மட்டும் ஏதாவது வேலை இருந்திருந்தா நாம இப்படிக் கஷ்டப்பட்டுக்கிட்டிருக்க வேண்டாம்.'

'ஆனா நம்மால என்ன செய்ய முடியும்... எது நடக்கணுமோ அது நல்லதுக்காகவே நடக்கும். ஏதாவது கெட்டது நடந்துடுமோன்னு உன் மனசுல கண்டதை நினைச்சு கவலைப்படாதே. உன் அப்பா நான் இன்னும் உயிரோடதான் இருக்கேன். நீ ஏன் கவலைப்படுற... என்ன நடக்குதுன்னு பார்ப்போம்' என்றார்.

திரும்பி வந்து படுத்தபோது, என் மனசு லேசாகியிருந்தது. நான் நன்றாகத் தூங்கினேன். தூக்கத்தில் எனக்கு ஒரு கனவு வந்தது. அதில் நான் ஒரு சிறுவனாக இருந்தேன். நடக்கத் தெரியாமல் நடந்து நடந்து சேற்றில் என் கால்கள் சிக்கிக்கொண்டன. எத்தனை முயற்சி செய்தும் அதிலிருந்து என்னால் வெளியே வர முடியவில்லை. என் கால்கள் சேற்றினுள் புதைந்து கீழே சென்றன. நான் 'அப்பா அப்பா...' என்று கத்தத் தொடங்கினேன். அப்பா எங்கிருந்து வந்தாரோ தெரியவில்லை, ஆனால் சேற்றிலிருந்து என்னைத் தூக்கி, சுத்தமான நீரில் குளிப்பாட்டினார். என் கைகளைப் பிடித்தபடி அவர், 'நான் இருக்கேன். உன் கைகளை பிடிச்சுக்க நான் இருக்கேன்' என்றார். அதற்குப் பிறகு தன் கையை எடுத்துவிட்டு, என்னை ஓடுமாறு உந்தித் தள்ளினார். 'நான் இருக்கேன். நீ ஓடு' என்றார்.

என் சிறிய கால்களால் நான் ஓடுவதைப் பார்த்து அப்பாவுக்கு மிகவும் மகிழ்ச்சியாக இருந்திருக்க வேண்டும். நானும் என்னால் அத்தனை வேகமாக ஓட முடிவதை எண்ணி மிகவும் உற்சாகமாக இருந்தேன். புரிந்துகொள்ள முடியாத அந்தக் கனவில் நான் ஆழ்ந்திருந்தபோது, என் தங்கையின் கூக்குரல் என்னை எழுப்பியது.

‘அண்ணா! அண்ணா! அப்பா!’ என்று கத்தினாள்

‘அப்பாவா... என்ன ஆச்சு?’ என்றேன். வாரிச் சுருட்டிக்கொண்டு ஓடினேன். அப்பா அமைதியாகத் தன் படுக்கையில் உறங்கிக் கொண்டிருந்தார். அவருடைய முகத்தில், ‘கவலைப்படாதே... அனைத்தும் கடவுளுடைய விருப்பம்’ என்பது போன்ற ஒரு பாவனை இருந்தது. எது நடந்தாலும் அது நன்மைக்கே என்று கூறுவதுபோல் இருந்தது. நான் அவரை இழந்துவிட்டேன். ‘அப்பா... அப்பா...’ என்று கதறினேன். ஆனால் அப்பா அமைதியாக அசையாமல், ஐஸ் கட்டியைப்போல் குளிர்ந்திருந்தார். அப்பாவை அருகில் சென்று நன்கு ஆராய்ந்தேன். அவர் முகம் பக்கவாதத்தால் ஒரு பக்கம் இழுபட்டிருந்தது. மற்றொரு பக்கத்தில் அவருடைய உதடு அப்பாவித்தனத்துடன் புன்னகைப்பதுபோல் இருந்தது. அது என்னிடம், ‘‘உன்னை பெத்தவன் நான், உன்னுடைய உணர்வுகள் எனக்குப் புரியாதா என்ன?’’ என்று சொல்வதுபோல் தோன்றியது.